xuyên giấc chiêm bao

KHÁNH TRƯỜNG

xuyên giấc chiêm bao

TIỂU THUYẾT

MỞ NGUỒN

xuyên giấc chiêm bao

Tiểu thuyết: Khánh Trường

Bìa: Tranh Ann Phong. Trình bày KT

Phụ bản: Cao Bá Minh, Lê Hải Triều

Chính tả, hoàn chỉnh bản văn:

Phạm Hiền Mây & Song Thao

Dàn trang: Nguyễn Thành

ISBN: 9781989993767

California - USA 2021

KHANH TRƯƠNG

xuyên giấc chiêm bao

tiểu thuyết

tranh tô ngọc vân

MỞ NGUỒN

Mở

Chiến tranh đã qua đi ngót nửa thế kỷ, thời gian đủ dài cho hai, ba thế hệ ra đời và trưởng thành. Thế hệ thứ nhất, trực tiếp sống với, tham dự vào cuộc chiến, bên này hoặc bên kia, đã phần lớn đi vào tịch lặng. Chỉ còn lại một số ít, rất ít, và dù thỉnh thoảng đây đó vẫn lên tiếng bỉ thử, phê phán, chê bai, thậm chí rủa sả bằng lời lẽ nặng nề. Song những tiếng nói ấy rồi sẽ nhanh chóng chìm vào lãng quên. Cuộc sống hiện tại có quá nhiều lo toan, những vấn đề của ngót năm mươi năm trước đã quá cũ kỹ, hơi sức đâu quan tâm.

Tôi không thuộc thành phần cực đoan, thú thực tôi hoàn toàn không muốn viết về đề tài này. Từ lâu, trên những trang viết của tôi, rất ít khi tôi đề cập đến. Đó là vấn đề của lịch sử, hãy nhường cho các sử gia, chúng ta dẫu nói thế nào, bênh hay chống, tụng ca hay bỉ thử, cũng chỉ là những tiếng nói chủ quan, phát xuất từ trải nghiệm cá nhân, từ chỗ đứng trong quá khứ, làm sao tránh được thiên kiến. Vậy mà những dòng chữ đầu tiên tôi gõ xuống lại dẫn dắt tôi đi càng lúc càng sâu vào những năm tháng cũ! Có lẽ trong tiềm thức tôi giai đoạn khốc liệt, tan thương ấy vẫn còn tồn tại. Thôi thì hãy viết về cuộc chiến kia một lần, một lần duy nhất, rồi thôi, không bao giờ nữa, cho đến ngày chung cuộc. Tôi tự hứa.

Khi viết tôi đã luôn luôn cảnh giác, tự bảo hãy thực khách quan, đừng để cảm tình dẫn dắt, hãy nhìn mọi chuyện như nó đã là, tuyệt không phê phán, nhận xét. Bởi tôi hiểu phê phán, nhận xét của tôi sẽ bị khúc xạ bởi thiên kiến, một điều tôi vẫn thường chê trách mỗi khi đọc một trang viết, của bên này hoặc bên kia, khi nhắc đến cuộc chiến. Tuy vậy, dù rất cảnh giác, có thể tôi không tuyệt đối trung thực, nếu thế, tôi xin lỗi.

Chiến tranh không nên có và những thảm kịch phát sinh từ chiến tranh chúng ta cần nhớ. Nhớ như nhớ một vết thương, dù đã thành sẹo, cảm giác đau đớn vẫn tồn tại trong tâm não ta mỗi lần hồi tưởng. Đó là lời nhắc nhở, đừng bao giờ nữa phạm phải sai lầm đã phạm.

Cuốn sách này được hình thành với mong ước đó.

Khánh Trường

Lê Hải Triều

I: BỂ DÂU

Mây đen đùn lên tứ phía, không ngớt những tia chớp kèm tiếng nổ xé rách màu xám sẫm phủ kín bầu trời thật thấp.

Thuận nói,

"Sắp mưa lớn."

Huệ tỏ vẻ lo lắng,

"Mình về mau kẻo không kịp."

Thuận nói,

"Không kịp là cái chắc."

Huệ một tay đủn chiếc ba bánh loại nhỏ, chùm bóng nhiều màu ngả nghiêng trong gió, một tay phụ đẩy chiếc xe có Thuận đang ra sức lăn nhanh về phía trước. Vỉa hè bỗng rộng hẳn, những người buôn hàng chạy đã nhanh chóng thu vén hàng hóa thúng mủng chỉ mới mười lăm phút trước đây, tràn lan chiếm gần hết khoảng trống dành cho bộ hành.

Qua khỏi ngã tư, rẽ trái, hai người tiếp tục đi vội vã, vỉa hè tráng *ciment* nhiều chỗ đã tróc lở, những vệt nứt ngoằn ngoèo chạy dài ngang dọc. Con đường như tối hẳn, những tán lá trên cao che kín ánh sáng đã yếu hẳn vì mặt trời đang bị mây đen che khuất. Thuận thích đi qua con đường này những trưa hè nhờ bóng mát phủ kín. Nhưng hôm nay chỉ nghe lào rào tiếng lá quật đập vào nhau bởi những luồng gió mạnh không ngớt thổi lộng.

Thuận nói,

"Mưa lắc rắc rồi, mình vào quán hủ tiếu vừa ăn vừa tránh mưa"

Huệ tán thành,

"Phải rồi, em đói."

Thuận ngước mặt nhìn trời,

"Mưa đi, nhưng hãy tạnh sớm, anh còn bốn chục vé, cố bán cho hết, không hết phải về đại lý trả, quá phiền!"

Huệ đẩy chiếc ba bánh vào góc tường ngoài mái hiên, rồi loay hoay không biết làm cách nào đưa chiếc xe lăn lên ba bậc cấp vào quán. Một nhóm thanh niên xuống *taxi* vừa cập sát lề, cả bọn mở cửa xe ào vào, thanh niên đi sau cùng nhìn thấy Huệ đang lúng túng, cậu ta vui vẻ,

"Để tôi."

Rồi nhanh nhẹn quàng tay nhấc bổng chiếc xe lăn có Thuận ngồi trên, đặt lên sàn gạch hoa, nhẹ nhàng, nhanh gọn.

Huệ nhìn thanh niên cười,

"Cảm ơn anh."

"Không có chi."

Thanh niên vừa đáp vừa đi nhanh vào trong, sà xuống bàn đã có hai người bạn ngồi trước. Huệ đẩy chiếc xe tìm bàn trống, kéo ghế ra cho Thuận lăn xe vào, đợi Thuận yên vị, Huệ ngồi xuống ghế đối diện.

Quán này nức tiếng với các món mì "danh bất hư truyền", lúc nào cũng đông khách, những hôm khô ráo, hai dãy bàn bên trong luôn kín, chưa kể ngoài hiên một hàng dài chờ đợi. Hôm nay dù trời mưa, khách vẫn chiếm gần hết chỗ ngồi, tiếng nói cười vang vang, tiếng ly tách chạm đụng, hòa cùng tiếng mưa và tiếng gió hú ngoài trời tạo thành một âm thanh khó định danh. Thuận nhìn bức tranh trên tường, bức tranh có lẽ đã nằm đấy từ ngày khai trương, khung bọc thạch cao giả đồng vài nơi tróc lở trắng bẩn, ám khói. Tranh chợ, xanh đỏ trông chướng mắt, đề tài như hầu hết những tranh chợ khác, lũy tre lả ngọn, mái tranh nhả khói, ruộng vàng lúa chín, dăm bảy cánh cò trắng trên bầu trời xanh… , đã bao đời nay vẫn vậy, nghèo nàn đến kinh ngạc. Người vẽ và người thưởng ngoạn cứ dậm chân tại chỗ khi xã hội biến đổi từng giờ. Đã qua lâu rồi thời kỳ mặc cốt ấm, ăn cốt no, bây giờ người ta cần lắm các món ăn tinh thần đúng nghĩa.

Người phục vụ tới, Huệ gọi mì hoành thánh cho Thuận theo yêu cầu và mì vịt tiềm cho mình. Thuận nhìn ra đường, mưa đã nặng hạt, con đường rộng ướt sũng, lấp lánh hàng vạn giọt mưa vỡ tan trên mặt nhựa đen, những sạp trái cây quanh khu chợ bên kia đường sáng đèn nhưng vắng khách, bình thường vào thời điểm này tấp nập kẻ mua người bán, nhộn nhịp, đông vui. Phía sau nóc dãy sạp trái cây, rất xa, hai cao ốc vượt lên nền trời xám đục, một cái có sân đáp trực thăng, biểu tượng của thành phố thời hội nhập, chìm trong mưa.

Thuận hỏi Huệ,

"Hôm nay bán được không em?"

Huệ lắc nhẹ đầu, vẻ chán nản,

"Ế quá, một hộp chỉ bán được chừng phần ba."

Thuận cười,

"Đủ trả tiền bữa ăn không?"

Huệ nói,

"Chắc đủ."

Thuận tháo chiếc xách vải đeo vai xuống, lấy ra xấp tiền, cả vốn lẫn lời, đưa hết cho Huệ,

"Nè, em giữ."

Huệ nhận xấp tiền đặt lên bàn, chậm rãi lựa và xếp riêng từng tờ theo mệnh giá từ nhỏ đến lớn, vuốt ngay ngắn rồi nhét vào chiếc đai cột quanh bụng.

Người phục vụ mang đến hai tô mì bốc khói. Thuận vừa ăn vừa nghĩ, phải hai tô thế này mới đủ no, nhưng túi tiền vốn giới hạn, đành nhịn vậy. Ăn xong, Thuận nói với Huệ,

"Em ngồi uống nước, anh rảo một vòng, hy vọng bán được vài tấm."

Thuận cầm xấp vé số, lăn xe đến từng bàn mời mua. May mắn, bàn thứ hai từ cửa vào, một cặp vợ chồng mua mười vé, Thuận tiếp tục lăn xe vào trong. Bỗng có tiếng gọi,

"Anh Thuận."

Thuận quay nghiêng, nhìn, một thanh niên cao to, tóc dài, da trắng, cặp kính cận trên mắt, áo *chemise* dài tay bỏ trong quần, tay đeo đồng hồ Rolex dây da, trông dáng vẻ một doanh nhân thành đạt, Thuận khựng vài giây nhưng nhận ra ngay, Phong, trung đội trưởng khinh binh thuộc đại đội Thuận ngày xưa. Thuận dùng chữ "xưa" nhưng thực ra chỉ mười hai năm trước sau ngày miền Nam sụp đổ, chế độ mới thay thế, kéo theo bao nhiêu đổi thay, quyết liệt, tàn nhẫn. Chẳng hạn một Đại úy nhảy dù oai phong như Thuận bỗng biến thành một gã đàn ông tật nguyền, cụt cả hai chân, lê lết khắp nơi trong thành phố này kiếm từng đồng bạc lẻ nuôi thân. Phong đứng bật dậy,

"Sao ra nông nỗi này."

Thuận khẽ nhếch môi cười,

"Thương hải biến vi tang điền, có hàng triệu đổi thay, từ trắng sang đen, từ cao xuống thấp, và ngược lại, suốt bao năm nay, có gì lạ đâu!"

"Nhưng tại sao?"

"Chuyện dài, bây giờ hãy nói về cậu, nhìn, biết ngay cậu đang lên đời."

Phong dẹp một chiếc ghế sang bên cho Thuận lăn xe vào, ân cần,

"Anh ngồi với em, mình nói chuyện."

Thuận chỉ tay về hướng Huệ, nói,

"Tôi đi với bà xã."

Phong sốt sắng,

"Ồ, mời chị sang đây."

Và không đợi phản ứng của Thuận, Phong nhanh nhẹn đến bàn Huệ, đưa sang bàn mình,

"Mời chị ngồi."

Huệ nhìn Thuận ngầm hỏi ý kiến, Thuận nói,

"Em ngồi đi, để anh đi một vòng, biết đâu bán được hết, khỏi mất công trả."

Quay sang Phong,

"Phong nói chuyện với Huệ, tôi sẽ quay lại ngay."

Nhưng Phong bảo Thuận không đi đâu hết, hãy bán những vé còn lại cho Phong. Thuận nói còn ba mươi vé, không ít. Phong cười,

"Chỉ ba mươi vé, nào có bao nhiêu."

Qua phong cách Thuận đoán Phong thuộc loại nếu không đại gia cũng thuộc tầng lớp sung túc vật chất, vài mươi tấm vé số có là bao với họ, nên Thuận đưa hết số vé cuối cùng cho Phong kèm lời cảm ơn và lăn chiếc xe vào sát bàn.

Phong hỏi,

"Anh chị dùng gì?"

Huệ nói,

"Chúng tôi vừa ăn xong."

"Vậy thì uống."

Huệ xin ly cam vắt, Thuận cà phê sữa nóng.

Phong cho biết hiện đang là giám đốc một công ty sản

xuất bao bì cho nhiều cơ sở kinh doanh khắp nước. Công ty của gia đình, có từ lâu. Là con trai đầu, Phong đương nhiên kế nghiệp cha khi ông đã cao tuổi, muốn lui về nghỉ ngơi. Phong còn trẻ, năng động và có kiến thức nên công ty nhanh chóng đổi thịt thay da, dần trở nên bề thế, sở hữu nhiều hợp đồng lớn và dài hạn. Phong nói,

"Em đi học tập nhưng chỉ hơn năm, ông già chạy chọt, em ra trại sớm, về, ông già giao lại công ty."

Thuận nói,

"Có tiền, thời nào cũng sướng."

Phong hỏi Thuận,

"Còn anh, sao ra nông nỗi này?"

Thuận thở dài,

"Cũng như Phong, tôi đi học tập, giai đoạn đầu còn quẩn quanh trong Nam. Một bữa đi phá rừng làm rẫy, tôi dẫm phải mìn, hai chân nát bấy lên đến gần đầu gối, phải cưa bỏ. Xuất viện, tứ cố vô thân. Nhà bị trưng thu làm cửa hàng bách hóa. Một hàng xóm tốt bụng đã giúp tôi số tiền nhỏ làm vốn bán vé số nuôi thân. Năm trước khi lăn xe trên vỉa hè, tôi bị lọt cống, phu làm đường có lẽ quên đậy lại khi ra về, Huệ, vợ tôi bây giờ, thấy, kêu cứu, người ta kéo tôi lên. Ba tháng quen nhau, thấu hiểu nhau. Chồng Huệ chết trận trước ngày ngưng tiếng súng hai năm, bơ vơ, không nghề nghiệp, bằng cấp cũng không, chữ nghĩa chỉ đủ đọc thông viết thạo, tật nguyền (tay trái Huệ không bình thường, vòng kiềng và thiếu hai ngón), làm việc nặng không nổi, đành chọn cái nghề tuy không danh giá nhưng phù hợp với thể chất, bán bong bóng đắp đổi qua ngày. Bọn tôi cám cảnh nhau, một thằng què bán vé số và một cô gái xi cà que bán bong bóng, kết hợp cũng xứng đôi chứ!"

Thuận chấm dứt câu chuyện bằng một nụ cười khinh bạc pha chút đắng cay.

Phong nói,

"Chiến tranh qua đi, để lại quá nhiều di chứng, em may mắn không bị cuốn vào thảm kịch. Nhưng thời kỳ đầu cũng vất vả lắm, đánh tư sản mại bản, quốc hữu hóa công ty. Phải công nhận ông già em rất giỏi, ông chạy chọt thế nào biến công ty thành cơ sở sản xuất cò con kiểu gia đình, sa thải công nhân, co cụm lại, vợ chồng con cái trở thành những lao động chuyên chính, tái chế bao bì cung cấp cho các hàng quán trong thành phố, nhờ thế, công ty không nằm trong diện cần quốc hữu hóa. Sống cầm chừng đến khi chính sách thay đổi, nắm bắt thời cơ, em khuếch trương, mở rộng địa bàn hoạt động, gọi nhân viên cũ trở lại, tuyển thêm nhân lực, dần đến ngày nay."

Hai người nói đủ thứ chuyện, dĩ vãng, thời sự. Nhất là những ngày tháng cũ, thuở còn ở lính, cuộc sống tuy gian khổ, chạm mặt thường xuyên với cái chết, nhưng xét trên góc độ nào đó, thực ấn tượng. Những trận rượu hũ chìm hũ nổi, những bóng hồng ngát hương lãng mạn, những ngày dài hành quân chỉ chạm mặt với cây rừng, đồi núi cheo leo và xác chết, bệnh binh. Tuổi trẻ, chiến tranh, sách vở, âm nhạc, một thời mộng mơ.

Cuối cùng, khi ra về, Phong nói với Thuận và Huệ,

"Bất cứ lúc nào cần, anh chị cứ đến em."

Thuận nói cảm ơn và chia tay Phong.

Hai người băng qua quảng trường. Chiếc xe lăn đã cũ, khô dầu, tiếng cót két mỗi ngày mỗi lớn và nặng chình chịch, Thuận nhủ thầm, mai phải ghé người bạn đang hành nghề sửa xe nhờ vô dầu nhớt và siết lại mấy con ốc long. Chùm bóng của Huệ ngã rạp trong gió. Mưa đã tạnh.

Qua khỏi quảng trường, hai người đi vào một con đường đất nhỏ dẫn về nơi cư ngụ. Phải mất non tiếng đồng hồ mới đến căn lều bên cạnh con kênh nước đục. Con kênh chảy ngang nội đô, qua những khu nhà ổ chuột, hứng nhận mỗi ngày hàng tấn rác, chất thải, tất cả theo dòng nước bẩn trôi về hướng đông, nơi dòng sông rộng chảy ra biển. Miếng sân nhỏ trước túp lều nhão nhẹt sình bùn, Huệ đẩy chiếc xe lăn vào chái hiên tương đối còn khô ráo, nói,

"Cũng may, mưa đã tạnh, không thì khổ phải biết."

Huệ mở cửa đẩy chiếc xe vào. Nàng với tay lên vách gần cửa tìm khóa điện, bật. Ánh sáng vàng vọt không đủ soi rõ những góc tối. Căn lều nhỏ, chỉ vừa đủ kê một chiếc giường, một bàn gỗ tạp và hai ghế đẩu. Thuận chống hai tay vào thành giường, ném mình lên mặt chiếu. Động thái này ban đầu khá vất vả, nhưng lâu dần, quen, trở thành ngoạn mục đối với kẻ nào lần đầu mục kích. Huệ hỏi Thuận,

"Anh đói không, em nấu mì."

Thuận nói,

"Anh còn no."

Huệ lấy khăn lông nhúng nước cho Thuận lau mình trước khi nằm xuống. Bên ngoài mưa lại bắt đầu rả rích. Huệ ra sau, chỗ sàn gỗ được lót bằng vài miếng ván thùng, góc sàn kê một nửa thùng phuy chứa nước kinh đã lọc phèn. Bóng tối giúp Huệ cởi bỏ quần áo mà không sợ ai nhìn thấy. Huệ dùng chiếc ca nhựa múc nước tắm nhanh, lau khô mình,thay bộ đồ sạch, xong đến chiếc bàn lấy cọc tiền đếm lại trước khi cẩn thận nhét vào ruột tượng, đút dưới gối rồi lên giường nằm cạnh Thuận, ngửa mặt nhìn trần nhà tối ám. Bóng đèn tròn lơ lửng trên cao thả xuống căn lều thứ ánh sáng vàng ủng bệnh hoạn. Gió ngoài trời vi vu thổi, mưa không lớn nhưng dai dẳng, những hạt mưa rơi trên mái tôn thấp một nhịp đều. Cả Thuận và Huệ đều không sao ngủ được. Cuộc trò chuyện với Phong trong quán hủ tiếu vẫn luẩn quẩn trong đầu, Thuận nghĩ đến đoạn đời ngày xưa, thời còn chinh chiến, thuở đó Thuận rất trẻ, tuổi thanh xuân phơi phới với biết bao hoài bão. Thi rớt Luật khoa, Thuận chọn binh nghiệp làm hướng tiến thân, tình nguyện vào Võ Bị Đà Lạt. Ra trường, về Nhảy Dù. Ba năm vào sinh ra tử, từ thiếu úy Thuận leo nhanh lên đại úy, những tưởng đường đến tương lai, dù gian khổ vẫn thênh thang rộng mở, hết mai vàng đến mai bạc, với lợi thế sĩ quan hiện dịch, việc thăng cấp lên tướng chỉ là vấn đề thời gian. Nhưng ở đời, vốn làm sao biết trước việc gì sẽ xảy ra ngày mai? Miền Nam sụp đổ. Gã sĩ quan hào hùng thoắt biến thành tên tù cải tạo, và thảm hơn, thành kẻ tật nguyền cụt cả hai chân bán vé số dạo, lay lắt qua ngày.

Huệ bỗng lên tiếng,

"Tự nhiên khó ngủ quá."

Thuận hỏi,

"Em lạnh không?"

Huệ kéo tấm chăn phủ kín cả hai, nói,

"Gây gây, mới đầu đông mà anh."

"Bắt đầu ngày mai, chúng ta phải để ý tha về những thứ có thể chắp vá được, gia cố căn lều, trống hoác thế này, mùa đông thực sự đến, chết cóng mất thôi."

Huệ thở dài,

"Làm sao thoát khỏi cái nghèo hở anh?"

Thuận nói,

"Mỗi người một phần số, số mình như thế, chạy trời không khỏi nắng."

Huệ hỏi,

"Anh tin có nhân quả, luân hồi không?"

"Tin."

"Vậy thì chắc kiếp trước chúng ta ăn ở không tốt."

Thuận im lặng không trả lời Huệ, thâm tâm nghĩ, vay trả, chỉ là cách an ủi của bọn cùng khổ. Tuy nhiên, cũng tốt thôi, nó như một giá đỡ giúp con người đứng được giữa bão giông cuộc đời. Trong những lúc tuyệt vọng nhất ta thường kêu trời, trách đất sao bất công, nỡ đày đọa ta, trong lúc bao kẻ khác nào khác gì ta, thế mà sung sướng hơn ta vạn lần. Nhưng rồi, để nhẹ khổ đau, ta tự vỗ về bằng lẽ trả vay, luân hồi, nhân quả. Triết lý này đã ăn sâu vào suy nghĩ của ta từ ngàn xưa đến bây giờ, nó như một phần máu huyết ta, nó trở thành căn tính, bất kể ngày nay, ngoài đạo Phật người Việt còn theo nhiều tôn giáo khác.

Thuận đùa với Huệ,

"Kiếp trước em là vợ anh, một trọc phú gian ác, em từng đánh què tay ai đó, và anh cũng từng xô vào guồng quay của máy xay lúa, nát cả hai chân một thuộc hạ, kiếp này chúng ta phải trả."

Huệ cười,

"Dám lắm."

Càng về sáng khí hậu càng lạnh, Thuận xoay qua ôm Huệ, bàn tay lục lọi khắp tấm thân gầy trơ xương, hai trái vú quắt queo núm thâm đen, khoang bụng nhão, vùng tam giác thưa lông bèn bẹt, hai bắp đùi tong teo. Thuận không thể không chua xót, kéo khuôn mặt hốc hác da đen tái đến gần, hôn nhẹ lên vành môi khô, nói nhỏ,

"Thương em lắm."

Huệ dụi đầu vào ngực Thuận, nép mình sát tìm hơi ấm. Thuận nghĩ đến đôi chân cụt, Thuận nghĩ đến những tháng ngày khốn khó một thân một mình, bữa đói bữa no. Nếu không gặp Huệ, Thuận sẽ thế nào? Đời Thuận sẽ ra sao? Bây giờ tuy nghèo hèn nhưng dù sao Thuận cũng có một mái lều, một người vợ. Thuận ôm chặt Huệ, thì thào,

"Cảm ơn em."

Huệ ngạc nhiên,

"Cảm ơn, việc gì?"

Thuận vuốt mái tóc còi cọc, khét nắng,

"Ngủ đi."

Ngoài đêm mưa vẫn rỉ rả, gió hú qua mái tôn. Vẫn không ngủ được, trong vòng tay Thuận, Huệ cuộn tròn, thở đều. Đến gần sáng, mệt quá, Thuận thiếp đi.

Huệ thức giấc từ tờ mờ sáng, lục đục dưới bếp nấu mì gói. Thuận ngồi dậy, vói tay kéo chiếc xe lăn đến sát giường, chống hai tay ném mình vào, gọn gàng, dễ dàng. Để có được sự thuần thục này Thuận đã phải tập luyện mất nhiều công sức, kể cả nguy hiểm, không ít lần do ném mình quá mạnh, Thuận rơi xuống đất, đau muốn tắt thở. Cũng may, hầu như tất cả những người què, trời đều cho hai tay họ rất khỏe, dường như sức lực của đôi chân được dồn hết cả vào đấy. Nhớ ngày chưa có xe lăn, Thuận còn phải di chuyển trên hai miếng ván có quai xỏ như quai dép, cả trọng lượng toàn thân hoàn toàn trông chờ vào sức mạnh của hai tay. Với người bình thường, chỉ vài cái ném mình là mỏi rã, nhưng lạ lùng, suốt ngày lê lết khắp nơi, Thuận vẫn thấy không sao. Khả năng thích nghi của con người thực kỳ diệu.

Thuận lăn xe ra sàn nước. Huệ nói,

"Anh đánh răng rửa mặt rồi vào ăn mì."

Bóng tối nhạt dần, con kênh lấp lánh ánh đèn, chảy chậm, lặng lẽ, những căn lều đứng xiêu vẹo trên những cọc gỗ nhô ra khỏi bờ. Mọi người đều đã thức, sửa soạn cho một ngày mưu sinh, những tiếng động nghe như vọng về từ cõi nào. Thuận trở vào, trên bàn là hai tô mì gói, vài cọng rau thơm điểm xuyết bên trên. Hai người ăn xong, Huệ vừa dọn dẹp bát đũa vừa nói,

"Hôm nay em muốn bán ở miệt TT, lâu rồi em không đến vùng này."

"Ừa, chiều sáu giờ mình gặp nhau ở hồ CR."

"Dạ."

Hai người ra khỏi nhà lúc hừng đông đã thực sự làm chủ.

Sau một đêm mưa, không khí có vẻ trong lành, con lộ nhỏ cũng sạch hơn. Đến chỗ đại lý, Huệ đổi và trao cho Thuận hai trăm vé, nói,

"Em đi nhé, sáu giờ em sẽ có mặt chỗ hẹn."

Thuận nhìn theo Huệ đẩy chiếc xe ba bánh nhỏ với chùm bóng nhiều màu cho đến khi khuất đầu ngã tư rồi mới lăn chậm xe trên vỉa hè, tìm vào các quán cà phê rao bán. Hôm nay tương đối bán được, hai trăm vé đã vơi một nửa, hy vọng đến sáu giờ chiều sẽ hết. Trưa, Thuận ghé một sạp cơm đối diện hồ CR quen thuộc, gọi đĩa cơm thịt kho mặn, thêm chén cơm trắng và ly trà đá. Ăn xong Thuận đến bóng mát dưới tán cây cao trong công viên, nhắm mắt nghỉ. Đang lơ mơ, Thuận giật mình choàng thức cùng lúc chiếc xe lăn ngã nhào, vất Thuận sóng soài trên mặt đất. Thằng oắt con chạy như biến qua đường, chìm vào đám đông, ôm cứng trước ngực cái túi xách chứa cả gia tài của Thuận. Vừa hoảng hồn, vừa đau vì đầu va vào chân ghế *ciment* cạnh lối đi tóe máu và vết sước do quai túi xách cứa vào cổ, rát bỏng, Thuận không kịp kêu cứu. Một thanh niên chạy đến dựng chiếc xe lăn và bế Thuận lên, anh ta nhìn đường sước dài cùng vết toác trên trán, nói,

"Anh bị thương rồi, để tôi gọi cấp cứu."

Thanh niên nhìn ra đường tìm xe xích lô. Thuận khoát tay,

"Không cần anh ạ."

Cũng may, sợi dây vải quàng cổ của túi xách đứt ngay, nếu không, chắc chắn Thuận sẽ bị kéo lê trên mặt đất, thương tích khi ấy còn trầm trọng hơn. Đây là lần đầu tiên tai họa đến với Thuận. Mất cả vốn lẫn lời, không biết ngày mai sẽ thế nào! Thuận đau vì những vết thương, có đấy, nhưng không đau bằng vì cảm thấy cuộc đời thật khốn nạn. Bọn cùng khổ như Thuận và những kẻ cùng khốn thương nhau không hết, lẽ nào nỡ tàn nhẫn với nhau thế này.

Thanh niên nói,

"Không được, anh phải vào nhà thương băng bó."

Anh ta gọi một xe xích lô bảo chở Thuận đến bệnh viện, và chạy xe gắn máy theo sau. Vết thương không nặng, người ta băng bó, cho về ngay. Thuận cảm ơn thanh niên, anh ta hỏi Thuận,

"Anh về đâu?"

Thuận nói đến hồ CR chờ vợ. Thanh niên vui vẻ,

"Tôi chở anh đến đó."

"Nhưng còn chiếc xe lăn."

"Dễ thôi."

Thanh niên nhanh nhẹn mở cốp xe lấy sợi dây ni-lông, bảo Thuận ngồi tạm lề đường, anh ta gấp chiếc xe, cột phía sau, xong, bế Thuần đặt ngồi yên sau,

"Ôm cho chặt, tôi chạy nhanh đấy."

Thanh niên chạy về hướng hồ CR. Đến nơi, anh ta lại bảo Thuận ngồi trên bờ hồ, mở dây lấy chiếc xe lăn, đặt Thuận vào, vỗ vai thân mật,

"Ổn nhé."

"Cảm ơn anh nhiều."

Thanh niên cười,

"Không có chi."

Và lên xe quay đầu phóng nhanh về hướng trung tâm thành phố. Nhìn thanh niên khuất trong dòng người tất bật ngược xuôi, Thuận nghĩ, ở bất cứ thời điểm nào, người tốt cũng không thiếu.

Thuận đến sớm hơn giờ hẹn nửa tiếng, ngồi trên bờ, nhìn đàn cá nhởn nhơ bơi lội, chợt nhớ câu chuyện đã đọc từ lâu trong Nam Hoa Kinh. Một ngày Trang Tử dạo chơi cùng bạn trên cầu sông Hào. Nhìn đàn cá bơi dưới sông, Trang Tử nói, "Nhìn kìa, cá vui." Người bạn hỏi, "Anh không phải cá, sao biết cá vui?" Trang Tử hỏi lại, "Anh không phải tôi, sao biết tôi biết cá vui?". Thuận bật cười, mình lẩn thẩn thật, chữ với nghĩa, văn với chương, triết với lý, những thứ xa xỉ này không mảy may giúp gì được cái bụng đói. Ngày mai, ngày mốt, Thuận sẽ ra sao khi những đồng vốn ít ỏi, phương tiện làm kế sinh nhai đã bị thằng oắt con "bay"(1) mất? Thuận nghĩ đến chuyện đã xảy ra lúc trưa, lòng nặng trĩu.

Huệ trở về đúng giờ. Nghe Thuận kể lại sự cố, Huệ ngồi xuống thành bờ hồ, văng tục,

"Tổ cha quân chó đẻ."

Thuận buột mồm,

"Chó đẻ thật."

Nhưng chợt nghĩ thằng oắt con chắc cũng chả khá hơn Thuận và Huệ. Không nhà cửa, không họ hàng thân thích, nó phải bằng mọi cách, sinh tồn. Thuận nhìn Huệ hạ giọng,

"Thôi em ạ, mình còn chút tiền, ngày mai đổi ít hơn, từ từ gầy lại vốn."

"Nhưng em tức lắm, cùng hoàn cảnh, thương nhau không hết, nỡ lòng nào."

Thuận định nói với Huệ, đời vốn thế, nếu nói như em nghĩ thì làm gì có chuyện cực kỳ chênh lệch như những bữa ăn, những tiệc rượu của các đại gia tốn hàng trăm triệu trong khi ta chỉ cần vài ba triệu làm vốn nuôi thân cũng tìm không ra. Ngẫm cho cùng, vẫn phải vin vào lẽ nhân quả, vay trả, nếu còn tin mỗi con người đều có riêng phần số của mình. Huệ đưa tay lên miếng băng trên trán Thuận, hỏi,

"Đau lắm không anh?"

Thuận trả lời,

"Hết đau rồi."

Huệ nói,

"Mình về."

Thuận đáp,

"Ừ"

Huệ lại phụ đẩy chiếc xe lăn. Nắng đã tắt. Như mọi ngày, khi hai người về đến nhà cũng là lúc đêm bắt đầu tỏa rộng, phủ trùm lên toàn cảnh.

Huệ hâm lại nồi cơm ban sáng đã nấu, kho lại soong cá khô, thái trái dưa leo, nấu thêm bát canh cải tôm khô. Hai người kết thúc bữa cơm tối gần chín giờ đêm, Huệ dọn dẹp, rửa chén bát xong, nói,

"Anh đi tắm."

Huệ đẩy chiếc xe lăn ra sàn nước, cởi quần áo và tắm cho Thuận. Hai năm nay động thái này quen thuộc đến gần như trở thành bài bản, không thiếu thừa từng chi tiết nhỏ, xối nước, xoa xà phòng, kỳ cọ, xối nước, dùng khăn lông lau khô thân thể Thuận và chiếc xe lăn, thay bộ quần áo sạch…

Huệ cũng tắm xong. Công việc tiếp theo là kiểm lại hầu bao, như mọi tối. Huệ lôi chiếc ruột tượng ra đếm lại cẩn thận từng tờ bạc. Huệ nói,

"Ngoài phần em, còn một triệu, đổi được trăm vé cho anh."

Thuận cười,

"Trăm vé nếu bán hết cũng lời được bảy chục ngàn, một nửa ăn trưa, một nửa giao cho em lo bữa tối, thế xem như còn may chán."

Huệ lại rủa,

"Tổ cha nó, mỗi lần nghĩ đến là em tức không chịu được."

Thuận nói,

"Quên đi em, để bụng, mình tự làm khổ mình thôi."

Thuận giảng giải,

"Khi ta rủa kẻ nào đó không có mặt, nào khác ta nằm ngửa nhổ nước miếng, nó rơi xuống ta lãnh đủ, kẻ bị rủa nào biết gì đâu!"

Huệ cầm cọc tiền nhét vào ruột tượng, tuồn xuống dưới gối rồi lên giường nằm.

Thuận lăn xe đến bàn, lôi xấp giấy trắng và cây bút bi ra, tiếp tục viết. Hơn tháng nay Thuận bỗng muốn dàn trải thành chữ mọi chuyện đã xảy ra kể từ trưởng thành đến hôm nay, Thuận không nuôi tham vọng trở thành nhà văn, nhưng qua chữ viết, Thuận như sống lại quãng đời xưa, nó phần nào giúp Thuận quên đi mọi bất ưng hiện tại.

Thuận đọc lại xấp bản thảo, dò tìm những sơ sót, thêm bớt các chi tiết thiếu hoặc thừa.

Dù trung thực tối đa với sự thật, Thuận vẫn muốn xem bản thảo này như một tiểu thuyết, vì Thuận nghĩ, cuộc đời Thuận, xét mặt nào đó, cũng là cuộc đời của rất nhiều người khác, cùng hoàn cảnh giống Thuận trong một giai đoạn lịch sử. Hồi ký là của một người, tiểu thuyết là của mọi người.

*

Thuận rời khuôn viên đại học lấy xe ra cổng, tăng tốc độ khi đã nhập vào lòng đường và chạy về hướng trung tâm thành phố. Buổi trưa, đại lộ lóa nắng, bốc hơi, chật cứng người xe ngược xuôi, chiếc Honda của Thuận luồn lách tìm lối vào bãi đậu. Nhận tấm thẻ từ người giữ bãi, Thuận băng qua đường vào quán cà phê quen, chọn bàn ngoài cùng, sát vỉa hè và gọi ly cà phê đá. Đốt điếu Basto xanh, rít một hơi dài, nhấp một ngụm đắng, Thuận cảm thấy vơi đi phần nào những âu lo. Chợt nhớ câu thơ của cụ Trần Tế Xương, *đệ nhất buồn là cái hỏng thi*. Thuận buồn, Thuận đang buồn, rồi sẽ thế nào đây? Rớt Luật Khoa, cũng có nghĩa là dự tính tương lai bỗng chốc chệch hướng, Thuận phải chọn lối đi khác. Lối nào? Thi vào trường

Mỹ thuật hay đi lính? Cuối cùng Thuận quyết định, sẽ chọn binh nghiệp làm hướng tiến thân. Một trở ngại lớn, ăn nói thế nào đây với ông bô bà bô? Dù đã trưởng thành, khổ nỗi với lễ giáo truyền thống, Thuận vẫn còn nằm trong vòng cương tỏa của gia đình. Tuy nhiên, lòng đã quyết, Thuận biết mình không theo được nữa nghiệp đèn sách, nhất định phải cương quyết để đạt mục đích. Sau nhiều tuần chiến đấu, rốt cuộc, ông bô bà bô đành chào thua trước quyết tâm của thằng con cứng đầu, Thuận trở thành sinh viên Võ Bị Đà Lạt, và sau bốn năm học hành cam khổ, Thuận ra trường, về binh chủng Nhảy Dù với cấp bậc Thiếu Úy, chỉ huy một trung đội.

Từ đây, cuộc đời Thuận rẽ sang hướng khác, đoạn tuyệt hẳn với dĩ vãng.

Doanh trại tọa lạc trong vòng đai Bộ Tư Lệnh, từ cổng lớn vào đến Tiểu Đoàn khoảng hai cây số đường lộ rợp bóng mát của hai hàng bã đậu. Để tiện đi lại, Thuận thuê một căn nhà nhỏ, nằm trong khuôn viên ngôi nhà lớn của một doanh nhân khá giả. Nhỏ nhưng độc lập và đầy đủ tiện nghi, nằm giữa khu vườn rộng nhiều cây ăn quả, chỉ cách doanh trại non cây số, rìa nội đô, tiếp giáp với một quận ngoại thành khá nổi tiếng nhờ những vườn sầu riêng xanh um rợp bóng. Đến mùa, là nơi dã ngoại lý tưởng của dân thành phố vào những cuối tuần.

Một thiếu úy trẻ, hai mươi ba tuổi, nhân dáng trên trung bình, thuộc binh chủng Nhảy Dù nức tiếng ngầu, Thuận thừa điều kiện để trở thành thỏi nam châm thu hút những em gái hậu phương tóc thề, da trắng, mê nhạc Trịnh, yêu nữ hoàng chân đất Khánh Ly, ngất ngất cơn say cùng đôi uyên ương Lê Uyên và Phương.

Tất nhiên Thuận có người yêu. Vài ba mối tình đến rồi đi, có cái tan nhanh sau năm bảy tuần, có cái lâu hơn, trên dưới một năm, nhưng tất cả đều không để lại ấn tượng sâu đậm.

Duy một lần hành quân ở Quảng Điền, cách thành phố Huế mười bảy cây số, Thuận bị thương, nhẹ thôi, nhưng cũng được về hậu cứ nghỉ dưỡng vài tháng. Một hôm cùng hai đồng ngũ ra chơi vườn sầu riêng, Thuận bị hớp hồn bởi một thiếu nữ có giọng nói êm như nhung, có đôi mắt long lanh ướt, có vành môi chín đỏ. Nàng học Mỹ Thuật, ngôi trường Thuận đã từng nghĩ sẽ thi vào khi xong Tú Tài I. Thuận rất yêu hội họa, mơ một ngày nào sẽ thành họa sĩ, sẽ có những bức tranh để đời, nên gặp nàng, Thuận nhanh chóng nghĩ đây mới thực sự là người mà Thuận muốn sánh đôi.

Nhân lúc hai người bạn say giấc trưa trên võng giăng ngang dưới những gốc sầu riêng, Thuận lang thang xuống bờ sông và nhìn thấy cô nàng.

Dựng giá vẽ dưới bóng mát của tán cổ thụ cạnh bờ, trên tấm ván ghim tờ giấy lớn, cô nàng đang chăm chú phác thảo cảnh dòng sông nhẹ sóng lấp lánh ánh bạc, bên kia là xóm chài lóa dưới nắng trưa. Dong dỏng cao, quần *jean*, áo *pull* xanh nhạt, cô ấy toát ra vẻ trẻ trung, mạnh khỏe. Thuận lại gần làm quen,

"Cô vẽ đẹp quá."

Nàng quay nghiêng, nhẹ cười,

"Cảm ơn anh."

Thuận nhận xét,

"Cảnh thật thanh bình."

Thiếu nữ vẫn chăm chú vẽ,

"Vâng."

"Cô chỉ vẽ chì than?"

"Tôi lấy *croquis* làm tư liệu để sau này lên sơn dầu."

"Nét bút của cô phóng khoáng, tài hoa."

Nàng dừng tay nhìn Thuận, nụ cười nở trọn làm khuôn mặt bừng sáng,

"Hy vọng anh nói thật."

"Thật, nhận xét của tôi không tệ đâu, trước khi đi lính tôi đã có ý định học Mỹ Thuật."

Nàng nói như reo,

"Ô, sao anh không học?"

"Ý định của tôi chưa đủ mạnh, cùng lúc tôi muốn nhiều thứ khác nữa."

"Vậy thì không được đâu, học hội họa phải thực sự đam mê."

"Tôi hiểu, đó là lý do bây giờ tôi mặc quân phục thay vì đứng trước giá vẽ như cô."

Nàng nói,

"Bố mẹ muốn tôi vào Y, ông bà bảo học chi cái nghề vớ vẩn, chẳng có tương lai. Nhưng ý tôi đã quyết, tôi nói, con mê vẽ, buộc con học ngành khác, con học không nổi đâu, đừng ép con."

Thuận đồng tình,

"Tội nghiệp mấy ông bô bà bô, tôi cũng thế, để chọn binh nghiệp, tôi phải tranh đấu dữ lắm chứ nào dễ dàng gì."

Nàng nhấn đậm nét chì trên lùm cây bên kia dòng sông, lùi ra xa ngắm bức tranh. Một lúc sau, nàng nói,

"Xong."

Nàng tiến lại gỡ bức tranh khỏi giá, cuộn tròn, bỏ vào giỏ sắt trước ghi đông của chiếc *honda dame* dựng dưới gốc cổ thụ, rồi xếp gọn giá vẽ mang đến buộc vào chỗ ngồi phía sau. Nàng lên xe, nhìn Thuận cười thân thiện,

"Chào anh."

Thuận chưa kịp trả lời nàng đã nhấn chân ga, chiếc xe phóng nhanh.

Thuận chợt nhớ chưa hỏi tên cũng như địa chỉ nhà nàng, nghĩ thầm, mình đoản hậu quá.

Đêm sâu, tiếng chí chóe của những con chuột quanh vách ván lôi Thuận ra khỏi những trang chữ, Huệ bỗng ngồi dậy,

"Đi ngủ anh, khuya quá rồi."

"Em chưa ngủ à?"

"Lũ chuột làm em tỉnh giấc, thức khuya quá, dậy không nổi đâu anh, mai còn phải cày."

Thuận đẩy xấp giấy vào vị trí cũ ở góc bàn, lăn chiếc xe đến công tắc, tắt điện, bóng tối bao phủ. Thuận lại giường ném người lên, nằm xuống, Huệ nghiêng qua ôm Thuận,

"Ngủ đi anh."

Lại mưa, tiếng mưa rào rào quyện với gió mạnh quật trên mái tôn. Đầu gối trên cánh tay Thuận, Huệ nói,

"Đêm nào cũng mưa dai dẳng đến sáng, buồn nẫu cả người."

Thuận tán đồng,

"Buồn thật."

Tiếng mưa nơi đây làm Thuận nhớ đến tiếng mưa rơi trên nóc *poncho* giữa rừng đêm Hạ Lào, nhớ tiếng gió hú dưới lũng sâu nơi cao nguyên Đắk Tô những tháng mùa đông mưa dầm. Thuận nhớ tiếng ếch nhái râm ran về khuya trong thời gian dưỡng thương, nằm trong chiếc võng ni lông dưới chái hiên một nhà dân, nhìn ra mênh mông ruộng nước, cảnh vật nhập nhòa tắm đẫm màu trăng hạ tuần, cũng mưa, nhưng chỉ lất phất. Như một thói quen vô thức, Thuận luồn tay vào áo Huệ, xoa bóp bầu vú nhão mềm, nàng nhích tấm thân gầy trơ xương vào sát, nhỏ nhẹ hỏi,

"Anh muốn không?"

Thuận thở dài, cảm thấy thương vô vàn người đàn bà này. Thuận biết gần như Huệ không có nhu cầu sinh lý. Áo cơm và sức khỏe đã làm Huệ không muốn Thuận thiếu thốn gối chăn nên Huệ giả vờ nhiệt tình, giả vờ đạt đến đỉnh điểm mỗi lần cùng Thuận ân ái. Thuận biết nhưng cũng giả vờ ngu ngơ, Thuận không muốn phụ tấm lòng của Huệ. Thuận nâng khuôn mặt Huệ lên, hôn nhẹ trên trán,

"Không, ngủ đi."

*

Sáng nay Huệ rang phần cơm nguội còn dư tối qua với trứng gà. Mùi thơm của trứng kích thích khẩu vị làm Thuận cảm thấy đói. Bên ngoài, trời đất vẫn còn nhá nhem, Huệ bới cơm ra hai tô nhỏ đặt lên bàn, quay về phía Thuận, nói,

"Dậy làm vệ sinh rồi ăn sáng anh ơi."

Thuận ngồi dậy chống tay ném mình vào xe, lăn ra sàn nước. Bình minh chưa lên, cây khuynh diệp mé kinh nhẹ đưa tán lá thưa. Giữa dòng, giề lục bình lớn trôi chậm. Mé bờ bên kia, tiếng nổ của chiếc xích lô máy giòn giã rồi mất hút. Thuận trở vào, đẩy xe tới cạnh bàn,

"Em ăn luôn."

Huệ hỏi,

"Anh uống cà phê nhà hay lát nữa đến quán?"

"Đến quán, anh có vài khách quen, chí ít cũng bán được mươi vé, đủ trả tiền cà phê."

Hai người rời nhà lúc nắng bắt đầu lên, nắng rải nhẹ trên ngọn hai hàng cây dọc lộ một màu sáng lung linh, Huệ vẫn phụ đẩy chiếc xe lăn. Qua ba ngã tư, bắt đầu vào nội đô, chùm bong bóng nhiều màu ngả nghiêng trong gió nhẹ buổi sáng, đường phố còn thưa người. Huệ đẩy Thuận vào quán cóc quen,

"Em đi nhé."

"Không uống cà phê à?"

Huệ lắc đầu cười,

"Để tiền mua khúc bánh mì, no tới trưa, cà phê chỉ tổ sót ruột, chiều sáu giờ vẫn chỗ cũ nhé. Em đi đây."

Huệ đẩy chiếc ba bánh nhỏ về phía trung tâm thành phố, bóng Huệ gầy nhom cùng chùm bóng khuất dần. Thuận gọi ly xây-chừng và lăn xe đến bàn của những khách quen. Một người đàn ông ngồi sát cửa cùng ba người bạn hỏi Thuận, vẻ đùa,

"Bữa nay hết tiền, mua chịu được không bạn hiền?"

"Ông anh giỡn chơi, vui tính như ông anh mà mở hàng thì chắc chắn tôi có thêm miếng sườn dĩa cơm trưa nay."

Thuận đưa xấp vé số, anh ta chọn năm tấm,

"Ngày nào cũng phải cúng cho bạn hiền năm mười vé mà chưa bao giờ trúng một đồng."

"Rồi sẽ trúng, trời không phụ anh đâu."

Thuận đi một vòng, bán thêm chừng mươi vé nữa rồi trở về bàn. Ly cà phê đã được mang tới, Thuận nâng tách nhấp ngụm nhỏ, chất đắng nóng trôi qua cổ làm Thuận thấy khoan khoái.

Thuận rời khỏi chỗ này, ghé tiếp vào các quán cà phê, quán ăn, nhà hàng, nơi tụ tập đông người. Thuận có một số khách quen, thỉnh thoảng có người trúng số, Thuận được lì xì một khoản tiền, thừa cho Thuận và Huệ vài bữa ăn ngon hay mua thêm đôi bộ quần áo, giày mũ.

Ngày lên cao, nắng không gay gắt, khí hậu dễ chịu. Cơm nước xong, thay vì về công viên nghỉ trưa như mọi lần, Thuận ghé vào quầy thức ăn nhanh và giải khát bên hông rạp chiếu phim cách quán cơm chừng bốn trăm mét, gọi cái bánh tiêu và ly trà đá. Rút kinh nghiệm, Thuận ôm chặt túi xách trước bụng, vừa chậm rãi ăn uống vừa đảo mắt nhìn quanh. Phố đông, một cặp tình nhân vào sảnh rạp, đến quầy vé, khi ngang qua mặt Thuận, mùi nước hoa thoang thoảng từ thiếu nữ toát ra làm Thuận nhớ mấy câu thơ của Nguyễn Bính,

"Tôi muốn mùi thơm của nước hoa
Mà cô thường xức đừng bay xa
Đừng làm ngây ngất người qua lại
Dẫu chỉ qua đường khách lại qua."

Mấy ông bà thi sĩ thời nào cũng vậy, than mây khóc gió, tưởng tượng ra đủ thứ hoàn cảnh, thảm kịch rồi đắm mình trong đó, biến giả thành thật, đứng đi ăn nói như người cõi trên.

Thời mới lớn Thuận cũng bày đặt làm thơ, may thay, một bài thơ của Thuận gửi tặng người thương, bị em phê, "nói thực nhé, cái gọi là thơ của anh thua cả bài vè!" Cái tát tất nhiên đau, nhưng nhờ thế Thuận tỉnh ngộ, nhủ lòng, sẽ không bao giờ nữa gieo vần tìm vận. Chẳng phải ai cũng làm thơ được, chỉ chừng ấy con chữ, nhưng chỉ qua tay những thi sĩ, nó mới biến hóa khôn lường, ảo diệu, lung linh, u trầm hay lấp lánh, đắm say.

Thuận lang thang cả buổi chiều những nơi quen thuộc, đến giờ, Thuận trở lại điểm hẹn, Huệ cũng vừa tới, Thuận hỏi,

"Mình về nhà ăn cơm hay vào quán?"

'Về anh ạ, đỡ tốn tiền."

"Tiết kiệm dữ."

"Anh không nhớ bị cướp à? Phải gầy lại vốn cho anh chứ."

Thuận im lặng, đàn bà lúc nào cũng lo xa.

Đến nhà, vẫn như cũ, Huệ tắm cho Thuận, nấu cơm, ăn xong, rửa chén bát, làm vệ sinh. Loay hoay một lúc, Huệ lên giường, Thuận sà đến bàn, lôi xấp bản thảo, tiếp tục viết.

*

Hết thời gian nghỉ dưỡng, Thuận trở lại đơn vị.

Những tháng cuối của cuộc chiến, các mặt trận trở nên sôi

động, cả hai phe đều nỗ lực dành dân chiếm đất để gây thanh thế trên bàn hội nghị. Thuận hành quân liên miên, khắp nơi, từ cao nguyên bạt ngàn rừng núi đến mênh mông cồn cát trải dài ngút mắt địa đầu giới tuyến.

Thuận lại bị thương. Lần này hơi nặng, một viên đạn xuyên vai, cũng may, chỉ vào phần thịt, thời gian nghỉ dưỡng lâu hơn. Một bữa xuống phố, Thuận bước chân vào phòng triển lãm hội họa, hầu hết là tranh phong cảnh, nét vẽ mềm mại nhưng phóng túng. Phía cuối căn phòng, một bức tranh làm Thuận chú ý, dòng sông êm đềm, giề lục bình vươn cao những đài hoa trắng, bên kia là xóm chài thấp thoáng sau rặng cây xanh… quen thuộc. Thuận lục tìm trí nhớ và hình ảnh cô gái miệt mài vẽ dưới gốc cổ thụ, phía trước là dòng sông… hiện về. Thuận nhớ ra rồi. Đảo mắt nhìn quanh, đầu phòng bên kia, thiếu nữ, đúng là nàng, đang nói chuyện với khách. Đợi câu chuyện giữa hai người chấm dứt, Thuận bước tới trước mặt nàng,

"Chào cô, còn nhớ tôi chứ?"

Thiếu nữ nhìn Thuận hơi lâu trước khi lên tiếng,

"À… ở bờ sông TĐ năm trước."

Thuận nhanh chóng làm quen, lần này không quên xin địa chỉ nhà nàng. Gia đình Nhã Phương ở quận PN, gần Ngã tư BH. Bố mẹ khá giả nên nàng có một *studio* riêng, trong khuôn viên một khu vườn rộng, biệt lập. Nàng nói *studio* này được làm khi nàng vừa mới ra trường. Thuận nói,

"Nhã Phương thật tốt phước"

Nhã Phương cười,

"Con gái độc nhất, lại út mà."

Suốt thời gian nghỉ dưỡng, Thuận thường tìm đến Nhã Phương và hai đứa nhanh chóng thân thiết, tâm đầu ý hợp. Như Thuận, Nhã Phương yêu văn thơ, hội họa (dĩ nhiên). Hai người thường tranh luận sôi nổi về một tác giả, một cuốn sách hay một bức tranh, một họa sĩ. Những cuộc tranh luận vui vẻ này kéo họ đến gần nhau hơn, hai người trở thành tình nhân của nhau.

*

Đó là những ngày cuối cùng của thời gian nghỉ dưỡng, Thuận đến lúc nàng đang hoàn tất một bức tranh phong cảnh hơi ngả sang trừu tượng. Những mảng màu lớn nhưng nhẹ, những khoảng trống gợi mở một không gian thoáng, rộng. Thuận nói,

"Bức tranh đẹp quá, anh thích ghê."

"Người xem Việt Nam đa phần không thích tranh trừu tượng, em sợ mình không có khách xem nên chưa dám dứt khoát, anh thấy đó, em chỉ trừu tượng một nửa."

"Em đánh giá người xem sai rồi. Ở đâu cũng có nhiều thành phần thưởng ngoạn. Tùy tâm cơ, trình độ, tranh có khi rất chân phương, mộc mạc, thậm chí ngô nghê quê kệch, vẫn đông người xem và được tán dương ầm ĩ, nhưng không vì vậy những bức tranh thế này thiếu người đồng cảm. Vấn đề là ở em, hãy vẽ cái em muốn vẽ, bằng trái tim và lòng đam mê. Như tất cả mọi ngành nghệ thuật khác, tác phẩm sẽ chỉ đến được với mọi người khi nó sản sinh từ sự chân thực."

"Từ lúc chọn hội họa làm hướng đi, bao giờ em cũng vẽ bằng tất cả đam mê."

Vẫn giọng nói êm như nhung, vẫn đôi mắt long lanh ướt, vẫn khuôn ngực thanh tân sau lớp vải lụa mềm, Nhã Phương dưới mắt Thuận mỗi ngày mỗi đẹp. Thuận cầm tay nàng,

"Ngày mai anh trở ra đơn vị đang hành quân ngoài Trung, sẽ xa em ít nhất cũng ba tháng, chắc chắn sẽ nhớ em lắm."

"Em cũng thế."

Thuận nâng khuôn mặt Nhã Phương lên, nhìn vào đôi mắt long lanh, cúi xuống hôn sâu vành môi thơm, nàng ôm Thuận chặt khiến Thuận cảm nhận được hơi ấm từ nàng truyền sang. Nụ hôn kéo dài như bất tận, nụ hôn làm Thuận mãi nhớ và sẽ mang theo suốt ba tháng dài gian khổ.

*

Đêm đã già, Thuận tắt đèn, vào giường, Huệ nghiêng người ôm Thuận, giọng nhựa,

"Được ôm anh thế này thích ghê."

Thuận hỏi,

"Có thích anh ôm lại không?"

Huệ cười không trả lời, dụi đầu vào ngực Thuận, siết thêm vòng ôm.

Thuận luồn tay vào áo Huệ, xoa bóp bầu vú nhão, vân vê núm thâm đen, rồi thấp xuống, táy máy. Hơi ấm toát ra từ nơi này khiến Thuận rạo rực,

"Em nè."

"Dạ."

"Anh muốn."

Như mọi lần, Huệ ngồi dậy, lặng lẽ cởi quần áo cho cả hai, lật Thuận nằm ngửa, vuốt ve khắp thân thể, rồi bằng môi miệng, Huệ cần mẫn, tận tình làm Thuận thỏa mãn. Nhìn Huệ nhấp nhổm trên bụng, suýt xoa, rên rỉ, Thuận cảm thấy thương nàng vô vàn. Thuận muốn nói anh hiểu mà, chẳng cần phải đóng kịch thế đâu, nhưng không nỡ, đành im lặng. Tàn cuộc, Huệ xuống giường ra sàn nước rửa và nhúng khăn ướt vào lau cho Thuận.

Ôm tấm thân gầy nhom, Thuận hôn lên vành môi khô,

"Huệ, anh thương em lắm"

Huệ ép sát vào người Thuận,

"Em yêu anh."

"Anh biết, ngủ đi."

Huệ nhắm mắt. Ngoài đêm, vẫn như mọi bữa, mưa, nhưng

không lớn, chỉ rì rào một nhịp đều trên mái tôn, đủ ru Thuận chìm dần vào giấc ngủ. Trong vòng tay Thuận, Huệ cuộn tròn, hơi thở nhẹ. Thuận mơ, hình ảnh Nhã Phương miệt mài trước giá vẽ, mái tóc dài vấn cao phơi ngấn cổ dài, mắt long lanh ướt, môi mọng, ngực thơm, bàn tay cầm cọ vươn tới vờn mảng sơn trên khung bố… rồi hình ảnh Huệ nón lá, áo bà ba trắng vàng ố, đẩy chiếc ba bánh với chùm bóng chấp chới trong gió, dọc vỉa hè giữa trưa nắng cháy. Xuyên cùng giấc chiêm bao, là tình cảm Thuận dành cho hai người đàn bà, một của thời tuổi trẻ dọc ngang, là tình yêu đắm say lãng mạn, một của thời cùng tận đọa đày, là tình và nghĩa của hai sinh vật khốn khổ nương tựa vào nhau với mục đích cố tồn tại. Thuận không muốn cân đo đong đếm, chỉ nghĩ, mãi mãi, cho đến chung cuộc, họ chắc chắn sẽ theo Thuận vào sâu trong lòng đất.

Huệ kéo tấm chăn lên cổ, hướng mặt về phía Thuận,

"Đừng thức khuya quá nghe anh."

Thuận trấn an,

"Yên tâm, đến mười hai giờ thôi.""

"Hứa đấy."

Thuận cười,

"Nếu anh quên mà em còn thức, nhắc anh."

"Thôi đi ông, ngày mai dậy không nổi đừng than. Em ngủ đây."

"Ừ, ngủ trước đi."

*

Thuận nhìn qua bên kia sông, những cột khói đen vươn cao sau rặng cây, tiếng đại liên giòn giã. Cuộc giao tranh diễn ra từ sáng đến giờ đã hơn ba tiếng vẫn chưa có dấu hiệu sẽ kết thúc. Một trung đội vượt sông trước và chạm địch, Thuận cùng ba trung đội còn lại mắc kẹt bên này. Địch canh sẵn bờ bên kia, bất cứ ca nô nào rời bờ là lập tức hứng chịu cơn mưa đạn, không cách gì xuống bến. Vả lại, nếu ra được giữa dòng trống trải kia thì khác gì tự nguyện làm bia cho địch tác xạ! Thuận đã gọi trực thăng đến yểm trợ nhưng tình hình vẫn không khá hơn bao nhiêu, trực thăng vãi đạn xối xả dọc bờ sông, địch rút vào hầm bình chân như vại, đợi những con chuồn chuồn sắt rời hiện trường, đại đội chuẩn bị qua sông, địch lại trồi lên, mưa đạn lại như vãi. Lòng Thuận như lửa đốt, qua ống liên hợp, tiếng trung đội trưởng không ngớt gọi về báo cáo tình hình. Thương vong mỗi lúc một nhiều, trung đội cố thoát vòng vây nhưng không được vì địch đông, canh mọi xó góc. Thuận sợ tình trạng kéo dài lâu, binh sĩ hết đạn, cả trung đội sẽ tiêu tùng. Lo sợ của Thuận, cuối cùng, đã được tư lệnh chiến trường giải quyết. Chiến đấu cơ sẽ oanh tạc ngay trên trận địa, cũng có nghĩa ta địch đều chết. Chuyện chẳng đặng đừng, để tiêu diệt địch và bảo tồn danh dự, không còn giải pháp nào khác. Quyết định quá đau lòng, nhưng xét cho cùng, hợp lý thôi, hy sinh một đơn vị nhỏ để tiêu diệt toàn bộ một đơn vị lớn của địch, trên bình diện quân sự, cũng phải lẽ nên dù thương anh em đồng đội đến đâu, Thuận cũng không thể phản kháng. Mà một cấp chỉ huy nhỏ nhoi như Thuận, dựa vào lý lẽ nào để phản kháng chứ? Nhìn các chiếc chiến đấu cơ vần vũ, thả liên tục xuống trận địa những quả bom, để tiếp ngay sau đó là chuỗi tiếng nổ váng óc, những cột khói bốc cao, lòng Thuận như nung trên lửa, có cảm tưởng từng khúc ruột bị cắt rời. Sau trận bom, đại đội qua sông. Cảnh tan hoang, xác người, cả ta lẫn địch và dân quê rải rác khắp nơi, máu vương vãi mặt đất. Cây ngã đổ, bụi bờ nhà cửa bị xới tung, những hố bom sâu nghi ngút khói. Một trung đội ba mươi hai người chỉ còn năm mạng, ba bị thương nặng.

Thuận nhìn thấy trên luống cải dập nát một binh sĩ nằm vắt ngang, có lẽ anh đã lãnh trọn mảnh bom lớn, ruột xổ đầy mặt đất, cứt và máu trào lênh láng, người lính thều thào,

"Mẹ ơi, cứu con."

Thuận hét lớn,

"Y tá đâu?"

Nhưng Thuận biết vô ích thôi, binh sĩ này sẽ ngưng thở sau vài phút nữa. Thuận cảm thấy ngực tức nghẹn. Đồng đội Thuận đều là những người trẻ, những người cũng như Thuận, có gia đình, có cha mẹ anh em, và nhiều phần có một tình yêu. Họ chết, để lại biết bao đau đớn cho người ở lại. Thuận thử hình dung mình là gã binh sĩ kia, bố mẹ, anh chị em Thuận sẽ thế nào? Và nhất là Nhã Phương, mối tình lớn của Thuận?

Cuộc hành quân kéo dài thêm hai ngày nữa trước khi trở về chỗ đóng quân. Thuận viết thư cho Nhã Phương,

Em thân yêu,

Bốn mươi ngày anh xa em, bốn mươi đêm trên chiếc võng ni lông, khi dưới mái hiên nhà dân, lúc giữa núi rừng trùng điệp, trước khi chìm vào giấc ngủ hoặc lúc giật mình choàng thức vì tiếng chim đêm đập cánh, anh nhớ em, nỗi nhớ cồn cào gan ruột. Nhớ môi em, mắt em, bàn tay em tài hoa với những đường cọ sơn trên mặt bố trắng. Nhớ những nụ hôn ngất ngất đắm say. Nhớ buổi chiều trong vườn cây trái ngoại ô, em nằm trong lòng anh, dưới bóng rợp tán chôm chôm rậm lá, nhìn những chùm trái đỏ giữa màu xanh của lá, em buột kêu, đẹp quá anh nhỉ, ừ đẹp thật, anh phụ họa, cùng lúc cúi xuống nhìn những giọt nắng xuyên qua khe lá, rơi lốm đốm khắp người em. Hình ảnh phiêu du ấy gây cho anh một cảm giác nửa hư nửa thực, như mộng.

Nhã Phương, anh nhớ em đêm ngày, cũng có nghĩa anh yêu em biết mấy cho vừa.

Chiến tranh càng khốc liệt bao nhiêu, anh càng yêu em bấy nhiêu, nhất là qua trận chiến tang tóc vừa rồi. Anh chợt nhận ra một điều, chỉ có tình yêu mới cứu rỗi được chúng ta ra khỏi mọi hận thù phi lý, mọi giết chóc dã man. Tại sao anh đến đây? Tại sao hàng ngày anh phải chứng kiến biết bao cái chết cực cùng đau đớn? Một bên vì cái thiên đường bình đẳng xa vời nào đó, một bên vì sự tự do cũng xa vời không kém. Cả hai mục đích đều mơ hồ. Vậy mà đã ngót hai mươi năm, hàng triệu người đã nằm xuống, hàng triệu sinh linh đã thương tật, lê lết kiếp đời khốn khổ trên khắp mọi miền đất nước. Và nhà cửa cháy sập, và ruộng đồng cằn khô, và rừng biển hoang vu. Ngày chưa vào lính, chưa đối mặt với cái chết của chính mình một hôm nào đó và của đồng đội, đã, đang xảy ra hàng ngày, anh lờ mờ cảm nhận có một điều gì đó không bình thường, cho đến lúc chạm mặt với sự vô tâm tàn nhẫn vừa qua, anh sực tỉnh, hiểu, cái lãng mạn, cái mộng mơ ấy vốn không thực, nó bất cận nhân tình. Hiểu, chiến tranh không phải là trò chơi, càng không phải là đấu trường để thi thố sức mạnh.

Em yêu,

Sẽ hèn nhát nếu anh nói với em, từ lúc chứng kiến sự tàn khốc, anh thực sự kinh tởm chiến tranh, anh muốn trở về làm một con người bình thường, anh muốn sẽ là một sinh viên tiếp tục ngày hai buổi đến giảng đường, tiếp tục tu bổ kiến thức, tiếp tục cống hiến vì cuộc đời, vì nhân loại. Nếu không làm được như thế thì ít ra anh cũng không còn là một kẻ giết người, giết dần mòn nhân tính của mình đi… .

Huệ bỗng ngồi dậy,

"Anh, hơn mười hai giờ rồi."

Nhìn giờ trên chiếc điện thoại cũ mèm, Thuận xếp lại chồng bản thảo, lăn xe đến chỗ công tắc điện,

"Anh đi ngủ đây."

Lên giường, Thuận ôm Huệ, hôn lên vầng trán đã thấp thoáng vài dấu chân chim cuối đuôi mắt, nghe Huệ nói nhỏ,

"Xoa lưng em đi, anh tập cho em thói hư, không có bàn tay anh, không cách chi em ngủ được."

Thuận cười,

"Biết hư thì phải bỏ chứ."

Huệ đút bàn tay Thuận vào áo nàng,

"Lỡ rồi, không bỏ được."

Thuận vờ thở dài,

"Đành vậy."

Và như mọi đêm, Thuận làm cái việc đã làm suốt từ ngày sống chung với Huệ.

Cả hai dần chìm vào giấc ngủ.

*

Trời thấp, mây đen phủ kín, Thuận nghĩ sẽ có mưa, nhưng chờ mãi vẫn chưa thấy giọt nào. Bầu khí ngột ngạt. Thuận lăn xe vào phía trong mái hiên rộng, sát những bậc cấp cao dẫn đến tiền sảnh. Chỗ này là mặt tiền nhà hát được xem lớn nhất của thành phố. Hôm nay ế quá, từ sáng đến giờ, đã gần hai giờ chiều mà Thuận chỉ bán được ba mươi bảy vé, còn những sáu mươi ba vé, làm sao bán hết từ giờ đến trước bốn giờ chiều đây, nhất là trong thời tiết thế này. Đợi thêm khoảng mười phút, vẫn không mưa, Thuận nghĩ, phải đi thôi, cố bán cho hết, nếu về trả lại đại lý, vừa mất công vừa lỗ vốn. Thuận tính nhẩm, tiền lời chưa đủ bù vào bữa cơm trưa và giải khát. Tình trạng này kéo dài thì thật nguy. Ngày còn ở quân trường có môn học mưu sinh thoát hiểm, dạy cách tồn tại khi bị lạc trong rừng sâu. Nhưng đây là thành phố, làm gì có cây trái, thú rừng để hái lượm, đào bới, săn bẫy làm lương thực? Phải làm sao đây, nếu đói? Thuận nghe nói có một vài tụ điểm bán cơm từ thiện dành cho giới lao động và sinh viên học sinh nghèo, chỉ một hai nghìn đã no bụng, ngày mai chắc phải tìm đến những nơi này. Tình trạng ế ẩm đã ngày một trầm trọng, bởi dân quê đổ vào thành phố quá đông, bán vé số là phương cách kiếm sống dễ nhất, nên cung vượt cầu, đường phố, hẻm hóc nào cũng nhan nhản dân bán vé số, nam phụ lão ấu có đủ, chưa kể què quặt, đui mù. Thuận vừa lăn xe đi chưa được bao xa, cũng chưa bán được vé nào thì mưa đổ xuống, lớn, dữ dội. Thuận cho xe nép vào một mái hiên hẹp. Gió lớn, tạt mưa khắp người làm ướt nhẹp, Thuận vội vàng móc chiếc bao ni lông đã chuẩn bị trước, bỏ túi xách chứa tiền và số vé chưa bán vào, gói cẩn thận rồi ôm trong lòng. Ướt người không sao, ướt vốn liếng là điều chí nguy! Mưa vẫn tầm tã, điệu này không còn hy vọng gì. Thuận móc điện thoại gọi Huệ, cho biết điểm Thuận đang trú, nhắn Huệ đến lấy số vé chưa bán được trả lại cho đại lý rồi về sớm. Trời đất thế này không hy vọng gì bán với buôn!

Khoảng nửa giờ sau Huệ đến, cũng ướt như chuột lột. Thuận đưa số vé chưa bán được cho Huệ. Cô nói,

"Anh đợi, em về ngay."

Huệ đẩy chiếc ba bánh đến cạnh Thuận rồi nhanh nhẹn đội mưa sải bước như chạy trên vỉa hè. Đại lý cũng gần, chỉ cách chỗ Thuận đang trú mưa khoảng một cây số.

Đường về nhà xa và mưa dai dẳng, nên khá vất vả, hai tay Thuận mỏi rã, nhiều lúc mệt quá, Thuận phó mặc cho Huệ, một tay đẩy chiếc ba bánh, một tay đẩy chiếc xe lăn. Ổ gà và những vũng nước mưa khiến cho con đường về như dài thêm vì phải chú ý tránh những chướng ngại này. Tiết trời tuy không lạnh nhưng mưa dán quần áo vào người làm khó chịu. Thuận luôn miệng chửi thề, Huệ nhẫn nhục an ủi,

"Chịu khó chút anh, sắp đến rồi."

Cuối cùng cũng về tới nhà. Hai người tắm rửa, thay quần áo, Thuận leo lên giường, Huệ nấu cơm. Mưa vẫn tiếp tục, đêm sắp lên, bầu trời thấp, mây đen kín trùm. Thuận nhìn ra cửa sau, hàng triệu hạt mưa rơi trên mặt nước, phản chiếu ánh đèn lấp lánh từ xóm nhà dọc bờ kinh. Ăn uống xong, Huệ dọn dẹp, vào giường, nói,

"Hôm nay ngủ sớm đi anh, dầm mưa cả buổi chiều, không khéo bệnh thì khổ."

Thuận đến cạnh bàn, lôi xấp bản thảo đặt trước mặt, nói,

"Anh phải viết một chút, quen rồi, ngủ sớm không được."

*

Cánh đồng chìm trong mưa, thỉnh thoảng một tiếng nổ lớn kèm theo tia chớp sáng rực, soi rõ những thửa ruộng trơ gốc rạ, nhô lên giữa mênh mông nước với vô số đốm sáng. Người lính gác đổi cây súng M16 qua tay trái, sốc lại chiếc *poncho* phủ kín từ cổ xuống tận đôi giày *saut* bê bết bùn đất, hướng tầm nhìn bao quát cánh đồng. Mưa không lớn nhưng âm ỉ, dai dẳng, những giọt mưa rơi trên nón sắt, chảy ròng ròng, nhỏ giọt trước ngực. Một tia chớp kèm tiếng nổ lớn xé rách bóng đêm. Người lính lầu bầu văng tục,

"Mẹ, mưa miết!"

Người lính nhớ đến quê mình, mùa mưa, ruộng sũng nước, ban đêm tiếng ếch nhái âm ỉ một nhịp đều. Giữa khuya thức giấc nhìn qua cửa sổ, nghe tiếng rả rích trên mái tôn, nhìn hạt mưa bay nghiêng dưới ánh trời lờ mờ. Xa hơn, ngoài cánh đồng, thỉnh thoảng lóe lên những tia sấm chớp, soi rõ cơ man những giọt vỡ lấp lánh trên mặt nước ruộng. Dễ chừng đã hơn một năm người lính không nhận tin tức gì từ gia đình. Hồi mới vác ba lô ra khỏi nhà, mẹ mếu máo,

"Mi sống chết ra răng, nhớ viết thư về tao biết nghe?"

"Không răng mô, sống chết có số, hơi đâu lo."

Đường làng không lớn lắm, con mương bên đường khô nước, cỏ dại mọc tràn có chỗ lên tận mặt đường, hắn đi, lầm lũi, không dám quay lui. Hắn biết mẹ già đang nhìn theo, mắt rưng ngấn lệ. Qua khúc quanh là bãi đất trống dùng làm bến xe nhỏ, dăm chiếc xe đò cũ kỹ nằm buồn rầu giữa buổi trưa mây đen chùng thấp, báo hiệu cơn mưa sắp đến, lũy tre bên hông bến xơ xác ngã rạp trong gió. Quán tạp hóa nằm chơ vơ, lèo tèo những món hàng tầm tầm rẻ tiền. Trong góc quán kê vài chiếc ghế, hai cái bàn cũng bằng nhựa, thấp. Trên quầy, vài chai bia, dăm chai nước ngọt, tủ nhỏ chứa đầy vỏ bao thuốc lá, Marlboro, Salem, Lucky, Ruby, Basto xanh, đỏ. Hắn vào quán gọi ly cà phê đá, chị chủ quán tròn trịa, hai quả ngực quá khổ như muốn chồm ra khỏi cổ áo đang mở nút trên cùng, lộ vùng thịt trắng nhễ nhại. Chiếc quần mỹ-a láng bóng, bó sát phần dưới màu mỡ, hai mông núng nẩy, đùi căng, háng rộng. Chị chủ quán góa chồng, nghe nói thích trai tơ, thằng Thà nổi tiếng ăn chơi xóm trên khoe đã ngủ với chị, được chị thổi kèn, cỡi ngựa. Hắn vừa cười khúc khích vừa ba hoa, "cái nớ to như cái xẻng dập dình nuốt trọn thằng nhỏ, sướng rêm mé đìu hiu". Chẳng biết hắn nói thiệt hay dóc.

Chị chủ quán nhìn hắn cười lẳng, con mắt có đuôi. Trông thái độ của chị, hắn nghĩ, chắc thằng Thà nói thiệt,

"Đi mô mà mang ba lô ba liệt rứa em trai?"

Hắn trả lời,

"Tui đi đăng lính."

"Lính gì?"

"Nhảy dù."

"Chà, ngon dữ."

Hắn uống một lần hết phần ba ly cà phê đá, đặt ly xuống bàn, nói,

"Cho tui ba điếu Marlboro."

Chị chủ quán quay lưng đi về quầy, hai mông rung rung, hắn nhớ lời thằng Thà, "Mợ ngồi trên, nhún nhảy, cái đít chảo ú na ú nần đen sì to chần dần, tao vòng tay ôm hai mông mợ, mát rượi, đã dễ sợ."

Cái thằng, cho dù hắn nói dóc, nghe, cũng muốn chết ngộp. Chị chủ quán mang đặt trước mặt hắn chiếc dĩa nhỏ có ba điếu thuốc. Hắn nhìn chị quay lui trở lại quầy. Cặp mông ngon thiệt, chịu không thấu. Nhưng hắn nhủ thầm, thôi, không tơ tưởng bậy bạ nữa, hắn chuyển suy nghĩ về mẹ. Hôm qua, khi nghe hắn báo sẽ đăng lính nhảy dù, mẹ hắn nói,

"Nhà chỉ còn mình mi, sao không đi địa phương quân cho gần nhà?"

"Con không ưa."

"Nhưng mi đi xa, bỏ tao một mình."

"Con sẽ về thường xuyên mà."

"Đường sá xa xôi, mi làm như xóm ni với xóm dưới."

Nhìn mái tóc bạc, nhìn khuôn mặt sạm đen, nhìn đôi mắt chằng chịt dấu chân chim, nhìn những đường cày trên vầng trán khô hẹp, hắn cảm thấy thương mẹ đến quặn lòng, nhưng mà hắn không muốn làm một anh lính địa phương quân, sáng sáng chiều chiều vác cây *carbin* đi rảo quanh làng, mang tiếng bắt gà trộm chó, hèn quá. Hắn muốn có một cuộc đời khác, vẫy vùng, bay nhảy. Thiên thần mũ đỏ, nghe oai phong lẫm liệt.

Vậy mà đã gần một năm, người lính không thư từ liên lạc, chung quy cũng bởi bệnh lười! Viết vài dòng, dán tem, nếu ở hậu cứ thì lên văn phòng bỏ vào thùng thư, nếu đi hành quân thì tìm gã trung sĩ phụ trách thư tín nhờ chuyển, chỉ vậy thôi, nhưng người lính khất lần khất lữa, thấm thoát đã gần một năm! Người lính bỗng cười thầm, mình chưa có người yêu, nếu có, sức mấy lười. Thằng C, thằng P tối ngày cặm cụi thư với từ, nhìn, phát nực, tuy trong thẳm sâu tâm hồn hắn thầm mong có được một người tình, cầm chắc, hắn cũng sẽ không khác gì hai thằng kia. Hắn tưởng tượng những môi hôn, những vuốt ve thắm thiết. Hôn, hắn chưa từng. Ra răng hè? Nhìn những cặp tài tử hôn nhau trên màn ảnh, cha mẹ ơi, răng mà đắm đuối rứa, hắn thèm, kỳ này về hậu cứ nhất định sẽ tán một em. Nhưng ai? Hắn lục tìm trí nhớ. Chả có em mô ra hồn! Chẳng lẽ tán em khô mắm con ông thượng sĩ già ngoài trại gia binh? Em có vẻ chịu đèn hắn, gặp, cười tít mắt, chu cái mỏ nhọn trên bản mặt đầy mụn, đi đứng õng a õng ẹo, nhìn phát gớm!

Tiếng sấm xé bầu trời thấp đầy mây đen, tia chớp lóe sáng, người lính bỗng nhìn thấy dưới bờ ruộng thấp những chiếc nón tai bèo loáng thoáng, người lính vội nâng cây XM16 xổ nhanh một tràng đạn, những tia lửa kéo dài theo chuỗi tiếng nổ phát ra từ họng súng tưới vào ruộng lúa. Có tiếng "ối" rõ to, những chiếc nón tai bèo biến nhanh vào đêm đen. Người lính vội vàng lắp băng đạn mới, tiếp tục nhả đạn. Gã trung sĩ tuần tiễu chạy đến, hỏi,

"Việc gì thế?'

Người lính trả lời ngắn,

"Địch."

"Đâu?"

Người lính nói,

"Ông dẫn vài khinh binh ra xem, có lẽ tui hạ được một tên."

"Thật không?"

"Tui không chắc, nhưng hình như rứa."

"Dựa vào đâu mày nghĩ vậy?"

"Tui nghe có tiếng ối."

Gã trung sĩ gọi vội sáu khinh binh bò ra, mười lăm phút sau kéo về một cán binh bị thương ở ngực, máu nhuộm ướt chiếc áo bà ba đen. Tên cán binh ốm tong teo, da xanh tái, hai mắt lạc thần, tóc còi cọc, chiếc quần đùi trơ ra ngoài hai nhánh xương, đôi dép râu mòn vẹt, những ngón chân bè ra, móng dài cáu bẩn. Gã trung sĩ bảo tên binh nhất truyền tin, vai mang máy R15 đứng cạnh,

"Báo cáo với đích thân (2) đi."

Một lúc sau Thuận đến. Tên địch nằm sóng soài bên cạnh hầm cá nhân của người lính gác, mưa xối trên người hắn, pha loãng dòng máu vẫn đang tiếp tục trào ra chỗ vết thương trước ngực, máu và nước mưa chảy loang thành vũng quanh thân thể hắn run lẩy bẩy, có lẽ vì lạnh. Thuận ra lệnh khiêng tên cán binh về bộ chỉ huy, đóng nơi ngôi đình giữa xóm.

Trời vẫn mưa, không thể gọi trực thăng chuyển tên cán binh về bộ chỉ huy chiến trường ngay được, đành chờ sáng. Lục trong ba lô đeo vai của tên địch, môt cuốn nhật ký, hai quần đùi, một áo bà ba và bốn thỏi lương khô, loại sản xuất từ Trung Cộng.

Thuận nói với gã trung sĩ,

"Đưa cuốn nhật ký cho tôi."

Nhìn cuốn sổ nhỏ, giấy vàng ố, những dòng chữ viết bằng bút bi nghiêng nghiêng, đều, Thuận nghĩ, tên này có vẻ học hành không tệ.

Thuận bảo gã truyền tin gọi bốn trung đội trưởng đang đóng thành vành đai rộng quanh bộ chỉ huy đến họp gấp. Thuận nói khi họ đã tề tựu đông đủ,

"Tên cán binh bị thương và đồng bọn có lẽ thuộc đội trinh sát của địch, nhưng đã bị lộ, ta có khả năng cao không bị tấn công đêm nay, nhưng chớ vì thế mà chểnh mảng, phải cảnh giác cao, tăng cường canh gác. Mai chúng ta sẽ chuyển quân."

Gã cán binh vẫn bị bỏ nằm trên nền đất ẩm góc đình, gã không đợi được đến sáng, trời chưa hừng đông, gã đã ra đi. Vết thương không được băng bó, máu cứ chảy thế kia, gã chết cũng phải.

Đêm rồi cũng trôi qua, ngày lên, bóng tối dần tan. Tiếng chim rộn rã trên các tán cây trong sân đình. Mưa đã tạnh, cánh đồng tối mờ. Những bếp lửa nhỏ rải rác quanh vành đai bùng sáng. Binh sĩ đang sửa soạn lương thực cho một ngày sắp chuyển quân. Thượng sĩ thường vụ vào báo cáo với đại đội trưởng,

"Tên cán binh đã chết, đích thân."

Thuận rời võng, đến gần tên địch, nhìn cái xác cong queo trên nền đất lạnh, bất giác Thuận động lòng trắc ẩn, nghĩ, hẳn ở địa danh xa lắc xa lơ nào đó ngoài miền Bắc mịt mù, tên cán binh này cũng có thân nhân, bạn bè, tình nhân, cha mẹ, làm sao họ biết được gã đã chết, sẽ không lâu nữa vùi sâu dưới lòng đất, sẽ phân hủy nhanh cùng cỏ cây ở một vùng đất xa lạ. Những cái chết, của đồng đội Thuận, của địch, tất cả đều còn rất trẻ, chỉ vừa qua khỏi hai mươi, đa phần đều độc thân, có đứa chưa từng biết đàn bà. Thuận nhủ lòng, dù không cùng chiến tuyến, nhưng gã cán binh cũng là người, như đồng đội của Thuận. Lát nữa mang tên cán binh ra gò chôn, Thuận sẽ bảo bọn lính kiếm một miếng ván viết tên tuổi tên cán binh cắm trên đầu mộ, giúp người thân của gã mai sau, nếu có thể, kiếm tìm.

Nhưng gã tên gì nhỉ? Thuận băn khoăn, trong cái ba lô chẳng tìm thấy tên tuổi gã!

*

Huệ trở mình, giục,

"Ngủ anh."

"Rồi, anh tắt đèn đây."

Kéo công tắc điện xuống xong, Thuận lăn chiếc xe trong bóng tối đến sát giường.

Bên ngoài, mưa tiếp tục rả rích, ngoài con kinh, tiếng dế râm ran hoài một nhịp bất tận.

Gió khuya luồn qua khe hở của vách bằng ván vá chùm vá đụp gây lạnh, Thuận nói,

"Ôm anh đi, cho ấm."

Huệ ôm, cười khẽ,

"Khỏi nói, anh biết mà, không ôm, cách chi ngủ được."

*

Thuận đã tìm thấy quán cơm từ thiện. Sao đông thế nhỉ, lại có cả công an vòng trong vòng ngoài. Thuận lăn xe đến gần, hỏi một người đàn ông có lẽ là thợ hồ, Thuận đoán thế vì quần áo của ông ta dính đầy vữa *ciment*,

"Ngày nào cũng đông thế này à?"

"Hôm nay có ông thủ tướng đến ăn."

Thuận ngạc nhiên,

"Ông thủ tướng?"

Người đàn ông cười khỉnh,

"Diễn tuồng để quay phim chiếu truyền hình ấy mà, cho ra vẻ sâu sát dân tình."

Thuận nghĩ thầm, thời nào, chế độ nào cũng thế, mấy ngài làm chính trị luôn có chung một bài bản cũ rích. Vài lần Thuận vào quán *internet* vọc máy thay vì qua công viên nghỉ trưa, thấy tổng thống Ngô Đình Diệm lội sình vào sâu các vùng miệt Năm Căn, Cà Mau thăm hỏi dân tình; tổng thống Nguyễn Văn Thiệu đến các trại gia binh phát quà, ủy lạo vợ con các chiến sĩ đang tuyến đầu giữ yên bờ cõi; chủ tịch Hồ Chí Minh xắn quần cày ruộng với nông dân; thủ tướng Phạm Văn Đồng ôm hôn các thiếu nhi quàng khăn đỏ…, tất cả đều được dàn dựng để quay phim, đăng báo, tụng ca. Tình quân dân cá nước, môi không hở, răng không lạnh! Những màn trình diễn này đã tồn tại từ bao đời nay, chưa chắc trẻ con tin được huống hồ người lớn! Các chính trị gia thừa biết nhưng vẫn thản nhiên diễn đi diễn lại như một phần không thể thiếu cho sự nghiệp của họ. Chỉ khổ cho những hạng tốt đen như Thuận, như hàng triệu lính tráng của cả hai miền, đã bỏ thây, đã thương tật, đã lê lết kiếp đời bất hạnh trong cái thiên đường không tưởng do các ngài vẽ ra và bắt dân đen giành giật, bảo vệ. Thuận ngao ngán trở lại quán cơm bình dân thường ngày vẫn ăn. Định gọi phần cơm như thường lệ thì Huệ bỗng bất ngờ xuất hiện, Thuận ngạc nhiên,

"Em bán gần đây à?"

Huệ cười vui

"Hôm nay em trúng mánh."

Không đợi Thuận hỏi, Huệ tiếp, một thôi một hồi,

"Có ông Việt kiều mua trọn gói, kể cả số bóng gần như còn nguyên trong hộp, bảo em thổi nốt, ông nói để trang trí buổi tiệc gì đó sẽ tổ chức tối nay ở nhà hàng X. Ông đưa em một trăm đô la, bảo không có tiền Việt Nam, dư, ổng cho luôn. Một trăm đô la, trúng mánh lớn."

Huệ bảo Thuận về sớm hôm nay, không bán buôn gì nữa, nghỉ một bữa cho khỏe. Thuận cũng vui,

"Vậy thì ăn mừng chứ."

Huệ tán thành,

"Phải rồi, ra xa lộ chén thịt rừng cho sướng miệng."

"Xa quá!"

"Thì đi taxi."

"Sang thế?"

"Nghìn năm một thuở, tội gì không sang."

Nói xong Huệ nhanh nhẹn ra lề đường ngoắc taxi. Quán nằm trong khu vườn nhiều cây xanh, thoáng mát, một bên nhìn ra mênh mông ruộng lúa sắp đến mùa gặt, vàng rợp, một bên gần xa lộ, xe cộ ngược xuôi với tốc độ nhanh trên nhiều làn đường phân cách bằng một vệ cỏ cao hơn mặt đường khoảng một tấc. Quán bán đủ loại thịt rừng, có cả cá sấu, rắn. Thuận và Huệ gọi ba món cùng nửa lít rượu nếp. Hai người ăn uống chậm rãi, tận hưởng hương vị của các món ngon chẳng dễ gì thường xuyên tiếp cận. Lâu lắm rồi Thuận mới tìm lại được những giờ phút thư giãn thế này. Thuận nhớ ngày xưa, sau những cuộc hành quân vài ba tháng khắp mọi miền chiến thuật, về hậu cứ, nhận tờ giấy phép, ngoài thời gian dành cho Nhã Phương, Thuận cùng vài người bạn la cà hết quán này đến nhà hàng nọ, rượu đổ như suối, mồi không thiếu thức ngon vật lạ nào, dĩ nhiên kể cả các món thịt rừng. Chỉ trên mười năm, Thuận đã hoàn toàn khác, làm sao tìm được mối dây liên hệ giữa chàng sĩ quan hào hùng phong nhã trước kia với tên què bán vé số bây giờ? Cuộc đời như giấc chiêm bao!

Về đến nhà tuy chưa tối hẳn song cũng đã nhá nhem, hôm nay Thuận thoải mái ngồi vào bàn sớm.

*

Thuận và đơn vị trở lại chỗ đóng quân sau ba ngày lùng sục địa bàn xôi đậu ngày quốc gia đêm cộng sản này.

Lợi dụng thời gian nghỉ dưỡng, Thuận đọc cuốn nhật ký của gã cán binh.

Ngoài những lời xưng tụng không khác những bài học thuộc lòng ngợi ca lãnh tụ, chủ nghĩa, lý tưởng đánh đuổi quân xâm lược, bảo vệ tổ quốc đã được định hướng, trọng tâm cuốn nhật ký xoay quanh mối tình của gã cán binh với một thiếu nữ. Những nhớ thương, mơ ước, mong chờ một gặp gỡ đẫm nước mắt nhưng nồng nàn, dẫu biết thời điểm trùng phùng ấy mỗi ngày một xa. Thuận thở dài, thật bất hạnh, sẽ không bao giờ có ngày đó, bởi lẽ gã cán binh đã chết. Riêng Thuận, tuy cơ hội gặp lại Nhã Phương không vô vọng như gã cán binh, nhưng làm sao biết được chuyện gì sẽ xảy ra? Đêm nay một quả đạn pháo rót vu vơ từ một xó rừng nào đó, rớt ngay chỗ Thuận đang nằm, tan xác; ngày mai, từ bụi bờ ven đường mòn không tên, một viên đạn bắn sẻ, xuyên nón sắt, vỡ đầu, về với hư vô không lời trăn trối! Cái chết của bọn cầm súng, bên này hay bên kia, đều giống nhau. Còn tình yêu thì sao? Cũng chẳng khác, cùng có chung mẫu số: khổ đau và say đắm. Nhìn nét chữ nghiêng nghiêng ngay hàng thẳng lối, ít gạch xóa, Thuận nghĩ, người viết này chắc ngăn nắp, quy củ. Thuận nhớ đã đọc đâu đó một bài viết, cho rằng những người có tính ngăn nắp quy củ thường rất nghiêm túc trong tình yêu, với họ, chuyện trăng hoa ngoài luồng gần như không có. Thuận mỉm cười, thật là tào lao, vớ vẩn.

Thuận đọc tiếp những trang nhật ký, càng đọc, Thuận càng nhận thấy có sự đồng cảm rất lớn giữa Thuận và gã cán binh. Gã nhắc nhớ mãi những giờ phút bên nhau, có nhau, những môi hôn, những vòng tay ấm áp, những buổi cùng chia nhau một khoanh bánh khúc, một đĩa xôi vò, một bữa cơm canh thì là, chả rươi, thậm chí chén mắm khô quẹt và những lát dưa leo trong những tháng đông giá rét và phi cơ Mỹ quần nát bầu trời, với những trận mưa bom trời long đất lở…, những món ăn dân dã, nghèo nàn nhưng thấm đẫm yêu thương.

Và rồi bao nhiêu gian khổ giữa Trường Sơn trùng điệp núi cao rừng rậm, hàng ngày đối mặt với lửa đạn, mưa bom, đói rét, thương vong, bệnh tật, ở đâu thì hình ảnh người tình cũng hiển hiện như một lực đẩy giúp gã cán binh đứng vững, chống chọi, vượt qua trùng trùng tai ương với một hy vọng mong manh, sẽ có ngày gặp lại người con gái đã đến và vĩnh viễn ở trong trong tim óc gã.

Thuận gấp cuốn nhật ký đang đọc dở dang, phóng tầm mắt ra xa, bên kia ruộng lúa là dãy núi mù trong sương đục. Có lẽ sắp mưa, Thuận nghĩ đến trung đội trực sáng nay đã rời chỗ đóng quân, tuần tiễu quanh vùng, nếu không về kịp chắc chắn sẽ tắm mưa. Đối với lính tác chiến, dầm mưa giãi nắng là chuyện quá tầm thường, không chừng họ còn mong một dịp tắm gội thỏa thích. Bỗng có tiếng trung đội trưởng gọi về,

"A lô, tôi muốn gặp đích thân."

"Thiếu úy chờ."

Viên hạ sĩ nhất mang máy truyền tin đưa ống liên hợp cho Thuận,

"Thiếu úy P muốn nói chuyện với đích thân."

Thuận cầm ống liên hợp áp vào tai,

"Tôi nghe."

"Đích thân, một khinh binh của tôi sụp hầm chông."

Thuận hỏi nhanh,

"Tình trạng thế nào?"

"Mũi chông xuyên qua giày *saut*, đâm qua bàn chân. Tôi đang cho binh sĩ dùng võng khiêng về."

Thuận nôn nóng

"Sắp đến chưa?"

"Khoảng mười phút nữa."

Đã có hai binh sĩ từng bị sụp hầm chông từ lúc làm đại đội trưởng đơn vị này nên Thuận kinh nghiệm. Thuận ra lệnh cho y tá chuẩn bị bông băng, thuốc sát trùng, trụ sinh và nhất là cưa sắt. Thuận nói với viên y tá,

"Phải làm thật nhanh nhé."

"Dạ, đích thân."

Mũi chông đầu nhọn luôn có ngạnh, xuyên qua thịt không rút ra được nếu không cưa đầu nhọn, ở bệnh viện nạn nhân được gây mê tránh đau, nhưng ngoài chiến trường chuyện gây mê là không thể, mà chuyển nạn nhân về hậu cứ thì mất nhiều thời gian, vết thương sẽ nhiễm trùng, nhiều phần phải cưa bỏ bàn chân, thành ra dù đau vẫn đành chọn giải pháp dùng cưa sắt cưa đầu nhọn rút chông ra.

Mười phút sau binh sĩ bị thương được khiêng về, mặt hắn xanh tái, thiêm thiếp, một bàn chân trong chiếc giày *saut* bị mũi chông xuyên qua, đầu nhọn thò ra ngoài, máu vẫn nhỏ giọt, loang ướt một phần chiếc võng.

Nạn nhân được đặt trên tấm *poncho* trải trên nền *ciment*, gã y tá và ba binh sĩ phụ giúp bắt tay thực hiện. Một binh sĩ dùng kìm giữ chặt cây chông, mục đích để nó ít chuyển động, bớt đau, hai người khác đè không cho nạn nhân vùng vẫy. Gã y tá nhanh nhẹn thực hiện công đoạn quan trọng. Gã chích thuốc cầm máu cùng trụ sinh rồi đặt lưỡi cưa vào đầu cây chông. Nạn nhân quẫy đạp, rống lớn và ngất lịm trước khi mũi nhọn bị cưa đứt, ngọn chông được rút ra. Y tá tháo chiếc giày *saut*, tưới *alcool* sát trùng vết thương, rửa sạch máu rồi băng lại.

Bây giờ mưa mới đổ xuống, bầu trời xám đen chùng thấp, che lấp ánh sáng ban trưa, những tia chớp kèm tiếng nổ liên tục, Thuận nhìn những dòng nước chảy xuống từ mái tôn, nghĩ, không biết bao giờ tạnh để có thể cáng nạn nhân về chiến đoàn, từ đó trực thăng sẽ đưa đến bệnh viện. Thuận bảo một binh sĩ lấy mền đắp cho nạn nhân, rồi liên lạc với tiểu đoàn, báo cáo tình hình.

*

Huệ nhích vào trong nhường chỗ, Thuận ném mình lên giường, hỏi,

"Sao em chưa ngủ?"

"Không có anh làm sao ngủ, anh biết mà."

Thuận nghiêng qua ôm Huệ, luồn tay vào áo vân vê bầu vú nhão,

"Bây giờ ngủ được chưa?"

Huệ cười nhẹ hôn lên khuôn ngực gầy của Thuận,

"Em ngủ."

Khuya sâu.

*

Ánh sáng ban mai xuyên qua những khe trống trên bức vách chắp vá bằng đủ mọi vật liệu phế thải được hai người tha về hàng ngày: ván thùng, bìa cứng, tôn, thiết, bạt nhựa. Ánh sáng đánh thức hai người ra khỏi giấc ngủ. Như mọi lần, Huệ dậy trước, nhưng hôm nay ngoại lệ. Đêm qua Thuận thức đến ba giờ sáng, Huệ cũng thức theo. Đã vậy, vào giường, Thuận lại dở chứng đòi, như tất cả mọi lần, Huệ chiều, mệt ngất ngư, xong cuộc, Huệ ngủ vùi. Thuận phải đánh thức. Huệ ngồi bật dậy,

"Chết, trưa trật."

Thuận cười,

"Đi trễ một chút, chết thằng tây nào."

Huệ xuống giường, ra sau làm vệ sinh nhanh, trở lên nấu nước, làm hai tô mì gói. Ăn xong, dọn dẹp, Huệ nhìn giờ trên điện thoại trước khi cả hai rời nhà,

"Mười giờ rồi."

Gần đến nội thành, Huệ hỏi Thuận,

"Hôm nay uống cà phê chứ?"

"Anh vẫn phải làm một cái xây-chừng, nếu không, ngáp mãi."

Huệ đẩy xe lăn vào quán quen rồi tất tả đi về hướng thành phố.

Quán vắng. Khách đã kẻ đến sở, người về nhà. Cô chủ kiêm thâu ngân ngồi đọc tiểu thuyết sau quầy cao, cặp kính cận trễ xuống, đè lên sống mũi, mái tóc dài phủ hai vai. Cô chủ nhan sắc trung bình nhưng duyên dáng nhờ nụ cười lúc nào cũng nở bung, lan tỏa khắp khuôn mặt khiến người đối diện cảm thấy thân thiện, gần gũi. Thuận nghĩ, có lẽ nhờ vậy quán tuy nằm rìa nội thành nhưng vẫn đông khách. Thuận nghĩ tiếp, hầu hết khách đến các quán cà phê không đặt trọng tâm vào chất lượng thức uống mà chủ yếu tìm đến một chỗ ngồi vừa ý. Thuận lơ đãng nhìn ra đường, nắng ngả bóng râm dãy nhà đối diện chiếm nửa mặt lộ, trên ban-công căn lầu xeo xéo quán, một thiếu nữ độ trên dưới hai mươi đứng nhìn chăm chú đôi chim câu đang tỉa lông cho nhau trên tàn cây cao ngang tầm mắt từ vỉa hè tỏa rộng gần sát ban-công. Chả hiểu trong chiếc đầu xinh xắn kia đang nghĩ ngợi điều gì?

Thuận ngước nhìn giờ trên chiếc đồng hồ treo tường, nhủ thầm, "phải đi thôi." Thuận gọi tính tiền, rời quán, lăn xe dọc vỉa hè, một ống quần vướng vào vòng bánh nhựa cứng, Thuận de lui cho ống quần rời ra để có thể tiếp tục tiến tới. Ngồi xe lăn bực bội quá. Nếu cụt dưới đầu gối, nghe nói người ta làm được hai chân giả, nhưng chỉ dành riêng cho thương binh chế độ mới. Bất giác Thuận vọt miệng chửi đổng,

"Mẹ nó."

Thất cơ lỡ vận như Thuận tất nhiên chả ai đoái hoài. Thuận thấm thía câu ngạn ngữ,

Được làm vua thua làm giặc

Thuận nghĩ một cách chua chát, "Làm giặc" còn... vẻ

vang. Mạt hạng hơn nhiều, chỉ làm nổi một thằng què bán vé số!

Con dốc tuy không cao dẫn vào nội thành cũng khiến Thuận mất nhiều sức lực mỗi sáng, tuy nhiên Thuận tự biện bạch, cũng tốt thôi, một hình thức tập thể dục. Chỉ chưa đầy ba trăm mét, nhưng hoạt cảnh khác hẳn, bên kia dốc, phía ngoại ô, là sự yên bình, êm ả, bên này, nội đô, là tất bật, vội vã, bon chen. Nắng lên cao, mồ hôi bắt đầu tươm ra rít rát, Thuận đi gần trọn đại lộ lớn và đẹp nhất thành phố, xuyên qua những khu thương mãi sầm uất, số vé đổi từ đại lý đã bán được già nửa, hy vọng sẽ bán hết trước khi về nhà.

Ngày cuối tuần vợ chồng con cái dẫn nhau đi mua sắm, bát phố, Thuận và Huệ được dịp ăn theo, bán hết số vé và bong bóng đã đổi. Qua điện thoại, họ liên lạc, cùng gặp nhau ở điểm hẹn và về sớm hơn mọi ngày một tiếng đồng hồ.

Ra khỏi nội đô, Huệ nói,

"Bữa ni về sớm, mình ghé Chợ Nhỏ gần nhà mua lạng thịt heo và rau cỏ làm bún thịt nướng. Anh muốn không?"

"Không muốn, họa điên."

Nấu nướng, ăn uống, dọn dẹp xong cũng hơn tám giờ tối, Huệ xách xô xuống kinh lấy nước đổ đầy thùng phuy, lóng phèn và tắm, Thuận lăn xe ra cửa trước. Một buổi tối đẹp, không mưa, vầng trăng non nhú lên sau dãy nhà bên kia đường, gió nhẹ. Thuận nghỉ một lát rồi quay lui, lại bàn, lôi xấp giấy. Huệ đến sau lưng Thuận, vòng tay ôm cổ, hỏi,

"Em đọc được không?"

"Muốn thì đọc đi."

Huệ cầm xấp giấy lên, lướt qua rồi trả về chỗ cũ,

"Anh viết tháu thế này, làm sao em đọc được."

Thuận cười,

"Vậy thì ngủ đi, anh làm việc một lát."

*

Lắm thức dậy khi trời đã chiều. Vết thương không còn chảy máu nhưng đau âm ỉ. Mưa vẫn lất phất. Bóng tối dâng nhanh, cảnh vật bên ngoài chái hiên nhập nhòa. Lắm lên tiếng,

"Cho miếng nước."

Tên lính được phân công coi sóc Lắm đến gần,

"Mày tỉnh rồi à, đợi chút."

Tên lính chạy tới chiếc lu đầu hè múc ca nước mưa mang vào. Lắm uống một hơi hết nửa ca,

"Tao đói, có gì ăn không?"

"Tao đã nấu cho mày nồi cháo."

"Ăn với gì?"

"Món tủ xưa nay của bọn mình chứ gì, thịt kho mắm ruốc."

Ăn hết tô cháo Lắm thấy tỉnh hẳn. Tên lính hỏi,

"Còn đau không?"

"Còn."

"Hồi trưa nhìn thằng y tá cưa mũi chông, sợ quá."

Lắm văng tục,

"Đụ mẹ, đau té cứt vải đái."

"Tao cũng đoán thế."

Tên lính nhìn ra ngoài, trời tối hẳn, mưa có vẻ nặng hạt hơn, và gió cũng bắt đầu vần vũ, gió luồn qua mái tôn, rít dài. Tên lính nói,

"Chắc sáng mai mới cáng mày về chiến đoàn được"

Lắm nhìn bàn chân sưng vù, nhăn mặt,

"Về chiến đoàn có đủ thuốc men, đỡ khổ, ở đây lâu tao chịu hết nổi, đau muốn khùng."

Lắm rất mong vết thương sẽ được chữa trị, chóng lành, để chắc chắn sẽ có ít nhất ba tháng nghỉ dưỡng, Lắm sẽ về quê, trước thăm gia đình, sau tìm gặp Đào, người con gái Lắm đã yêu, đã nhất định lần về phép này sẽ bày tỏ nỗi lòng. Cách đây tám tháng Lắm gặp một người quen cùng quê, người này cho biết Đào vẫn chưa lấy chồng, đã ra thành phố học nghề làm móng và tóc. Môi trường quân đội giúp Lắm trưởng thành hơn, dạn dĩ hơn. Ngày trước hàng trăm lần Lắm muốn vô cùng có đủ can đảm để mở lời nhưng ấp úng mãi vẫn không thể, bây giờ, Lắm hy vọng sẽ vượt qua nhút nhát.

Lắm không sao quên được hôm trước ngày ra thành phố đăng lính, đã gặp Đào trên đường. Nhìn Đào tươi khỏe trong bộ quần áo trẻ trung, áo phông ngắn tay ôm sát phần trên, ngực vểnh cao, bụng thon đổ xuống vòng ba nở nang bó gọn trong chiếc quần *jean*, Lắm ngây người quên cả chào hỏi. Đào lên tiếng trước,

"Anh Lắm đi đâu dzậy."

Lắm ấp úng,

"Tôi… tôi ra quán Thu Vàng."

"Sao uống cà phê giờ này?"

"Mượn chỗ ngồi nghe nhạc chứ cà phê cà pháo gì."

"Nghe nhạc, Đào thích lắm, cho Đào theo với."

Lắm mở cờ trong bụng, mình vừa trúng số,

"Ồ, tôi rất vui."

Hai người vào quán, ra vườn sau, chỗ ngồi vừa mát vừa hữu tình, nhờ cây cỏ hoa lá và dãy lồng chim treo dọc mái hiên, tiếng hót huyên náo, bổng trầm vui tai. Suốt buổi, cả hai có vẻ tâm đầu ý hợp, Lắm cho biết sắp ra thành phố đăng lính, Đào tỏ ý thích lính Nhảy dù, trông ngầu. Lắm định vào Thủy quân lục chiến nhưng nghe Đào nói, bèn đổi dự tính,

“Thế thì hợp ý tôi.”

Đào reo,

“Anh đăng lính Nhảy dù?”

“Đúng dzậy.”

“Thích quá, bữa nào về phép, cho Đào gặp, chắc oai phải biết.”

“Nhất định rồi.”

Thuận nằm trên võng cách Lắm không xa, nghe tên lính và Lắm nhỏ to tâm sự, những hoài bão, ước mơ, những người tình, sao mà giống Thuận và gã cán binh đã chết thế, dù mỗi hoàn cảnh và cấp độ có khác, nhưng xét chung, đều đồng dạng, Thuận lại nhớ Nhã Phương, nhớ cồn cào. Giờ này nàng đang làm gì? Thành phố đã vào đêm, phòng trà, quán nhậu, cửa hiệu sáng lóa ánh đèn, người, xe cộ tấp nập. Thuận có cảm tưởng chốn ấy thuộc cõi khác, lạ lẫm vô cùng với nơi này. Nơi này, tiếng mưa quất đập, gió gào, đêm đen thẫm. Thuận thở dài.

Bỗng những trái pháo rót vào chỗ đóng quân, tiếng nổ chát chúa, Thuận bật dậy, nói lớn với tên hạ sĩ nhất mang máy,

“Gọi các trung đội ra vòng đai.”

Thuận khoác vội *poncho*, vớ nón sắt đội đầu lao ra chiến hào, gã truyền tin theo bén gót.

Đạn pháo rơi một lúc rồi ngơi, không gian im ắng trở lại, chỉ nghe dai dẳng tiếng dế râm ran. Thuận trở về chỗ ngủ, nhưng sững người, một trái pháo đã rớt ngay căn nhà Thuận đang ngụ, tan hoang.

Lắm có lẽ đã vùi thây cùng ngôi nhà..

Thuận ra lệnh,

“Trung đội trực, tìm xác Lắm.”

Cả trung đội vội vã, đứa kéo những cột gỗ cháy đen, đứa

lôi những tấm tôn cong queo rách nát, ám khói. Khoảng nửa giờ sau thì bọn lính tìm thấy xác Lắm dưới đoạn tường sập, một góc mặt bị mảnh pháo tiện gọn, thân thể gần như trần truồng, nứt nẻ tươm mỡ, ám khói vì quần áo đã cháy hết. Thuận không khóc nhưng hai mắt cay xè. Bọn lính khiêng Lắm để giữa sân, mưa rơi nhẹ trên tấm *poncho* vừa được đắp lên, phủ kín cái xác cháy nham nhở.

Thuận nghe giọng mình khô khốc,

"Bó lại."

Gã thượng sĩ người Miên, thường vụ đại đội, đến lăn cái xác sang bên, sau khi trải rộng tấm *poncho*, anh ta lại nhanh nhẹn lăn xác vào, cuộn tròn, túm chặt hai đầu rồi dùng dây giày của chính Lắm, buộc chặt. Gã làm việc thuần thục, gọn gàng, chuyên nghiệp, hẳn trong dĩ vãng không ít đồng đội đã từng được gã lo toan như thế. Ánh lửa còn sót lại của ngôi nhà đã cháy, hắt bóng gã thượng sĩ và gói *poncho* chập chờn như cảnh trong những phim nói về chiến tranh mà Thuận đã xem thời trung học.

Thuận nghĩ đến những lời tâm sự của Lắm với tên lính trước khi có trận mưa pháo, thiếu nữ tên Đào nào đó sẽ ra sao khi nhận được tin Lắm đã chết? Vẫn biết những mối tình chưa nở đã héo tàn không phải ít trong cuộc đời, nhất là trong chiến tranh, nhưng lòng Thuận vẫn nghe xót xa. Sáu năm làm lính tác chiến, tham dự hàng chục trận đánh, chứng kiến không biết bao nhiêu cái chết nhưng chưa bao giờ và có lẽ không bao giờ, Thuận quen được sự chia lìa vĩnh viễn giữa người còn sống với kẻ ra đi. Thuận biết tính nhạy cảm không thích hợp với môi trường do chính mình chọn lựa, Thuận thở dài, nhưng lỡ rồi, không còn cách nào khác hơn phải tiếp tục bước tới.

Các trung đội đã trở về vị trí cũ, Thuận và ban chỉ huy đại đội di chuyển đến ngôi nhà khác gần đó. Chủ nhân ngôi nhà này là một người đàn bà góa, trông bà ta quắt queo như trái non ủ dở. Hình như bà đang chuẩn bị rời nhà vì chiếc túi đeo vai đã được bà ta lôi ra từ ngăn tủ. Thuận hỏi,

"Chồng con chị đâu?"

"Chết hết rồi."

Bà trả lời lạnh lùng rồi quay lưng ra cửa sau đi vào đêm tối, Thuận tự hỏi bà ta đi đâu trong lúc mưa tầm tã thế này?

Nhưng Thuận không băn khoăn lâu, còn nhiều chuyện quan trọng hơn buộc Thuận phải quan tâm. Trận mưa pháo vừa rồi chứng tỏ địch đã lưu ý đến đơn vị của Thuận, cũng có nghĩa khả năng sẽ bị tấn công là rất cao. Qua điện đàm, Thuận cảnh báo các trung đội phải tăng cường canh gác, cũng như soát lại những trái *claymore* và lựu đạn, trái sáng đã cài đặt quanh vòng đai.

Thuận không ngủ được, anh đưa mắt nhìn ra ngoài. Đêm đen khiến Thuận chẳng thấy gì, mưa vẫn rơi dai dẳng trên mái tôn một nhịp đều. Dưới chái hiên, gói *poncho* đựng xác Lắm chìm trong bóng tối. Hình ảnh Lắm mất nửa khuôn mặt, thân thể nứt nẻ tươm mỡ lại trở về. Tên lính này chỉ vừa qua khỏi tuổi hai mươi. Hai mươi tuổi, cái tuổi của mộng mơ, yêu đương lãng mạn, thế mà cái chết đã đẩy Lắm đoạn lìa vĩnh viễn với những điều tưởng chừng đương nhiên kia.

Thuận may mắn hơn, vẫn còn hít thở dưỡng chất trần gian, vẫn còn có Nhã Phương chờ đợi dù nàng cách chỗ Thuận đang nằm đến hàng nghìn cây số. Có hề chi, Thuận sẽ trở về, sẽ cùng nàng dạo chơi khắp chốn. Thuận nhớ khuôn mặt Nhã Phương, nhớ đôi mắt nhung, nhớ vành môi nở tươi nụ cười, nhớ mái tóc dài mượt đen, nhớ gò ngực nhú cao hai đỉnh nhọn thanh tân, nhớ cánh tay vươn dài với cọ sơn vờn múa trên khung bố. Thuận nhớ, nhớ quá. Thuận mong vô cùng sự bình yên sẽ cứ thế cho đến ngày cuộc hành quân chấm dứt, đơn vị trở về hậu cứ, và tờ giấy phép, và những ngày hạnh phúc.

Nhưng thực tại nào như mơ ước.

Tiếng súng giòn giã lôi Thuận ra khỏi giấc ngủ, gã truyền

tin cũng đã choàng thức. Có tiếng nói hối hả trong ống liên hợp, gã phụ trách truyền tin vội trao cho Thuận.

Tiếng trung đội trưởng trung đội ba,

"Báo cáo đích thân, địch đang tấn công."

Thuận hỏi,

"Hướng nào?"

"Trước mặt tôi."

Thuận vừa đối thoại vừa lao ra chiến hào. Mưa vẫn tầm tã, giao thông hào sũng nước, bùn non níu chân không cho phép Thuận tiến nhanh, gã truyền tin cố theo bén gót Thuận, chiến máy AR 25 trên lưng, cây ăng-ten vươn cao rung rung. Những đường đạn lóe sáng dày đặc, xé rách bóng đêm từ ta, địch vãi ra, kèm theo hàng trăm tràng nổ liên tục, chát chúa. Thuận hét lên trong ống liên hợp,

"Trung đội một, hai, bốn cảnh giác, có thể địch tấn công bọc hậu."

Tiếng trả lời lần lượt của các trung đội trưởng,

"Nghe rõ, đích thân."

Thuận nhào tới cạnh viên thiếu úy chỉ huy trung đội ba,

"Tình hình thế nào?"

"Hỏa lực địch rất mạnh, nhất là cây đại liên kia."

Theo hướng chỉ của viên thiếu úy, Thuận nhìn thấy lửa khạc ra liên tục từ một gò mối cao, anh hỏi lớn,

"Có ai tình nguyện khóa mõm họng súng kia không?"

Một binh sĩ đưa tay,

"Để em."

Cậu ta dựa cây M16 vào giao thông hào, rút chốt trái lựu đạn, trồi lên, bò nhanh về phía gò mối. Đường đạn từ cây đại liên của địch chúi xuống, vãi như vãi đậu vào mục tiêu đang di động, binh sĩ vừa tình nguyện. Cậu lãnh trọn tràng đạn, người nẩy giật, vật sang bên rồi nằm yên.

Thuận đau đớn,

"Không xong rồi."

Phải tìm cách khác. Thuận suy nghĩ vài giây, nhớ lại trận xạ kích của trực thăng ngay trên trận địa cạnh bờ sông nửa tháng trước, anh gấp rút quyết định. Nhưng để bảo toàn lực lượng, tránh tối đa thương vong, Thuận ra lệnh một nửa tiếp tục cầm cự với địch, sử dụng hỏa lực tối đa cầm chân chúng, một nửa đào nhanh nhiều hàm ếch dọc giao thông hào làm chỗ trú ẩn. Hai mươi phút sau công việc hoàn tất, Thuận ra lệnh binh sĩ mình rút nhanh vào hàm ếch khi thấy trực thăng xuất hiện, đồng thời gọi về chiến đoàn xin không kích ngay trên trận địa. Nhanh chóng, bốn con chuồn chuồn sắt xuất hiện, những đường đạn từ trên không vãi xuống liên tục, dữ dội. Cơn mưa đạn này đã làm yếu hẳn khí thế địch. Đến tờ mờ sáng thì chúng rút lui, bỏ lại khắp nơi rải rác những xác người không đưa theo kịp. Phía Thuận cũng không ít tổn thất. Thuận gọi trực thăng đến đưa những người đã chết cùng thương binh về chiến đoàn. Thuận thị sát sau cùng một vòng mặt trận, nhận ra xác người đàn bà chủ nhà nằm vắt ngang bờ ruộng, phía ngoài. Thuận chợt hiểu ra, bà ta là giao liên của địch.

Thường sau vài ba ngày lùng sục khu vực xôi đậu hoặc sào huyệt của đối phương, đơn vị sẽ lui về vùng đất an toàn nào đó, nghỉ dưỡng một thời gian ngắn, chuẩn bị cho cuộc hành quân kế. Lần nghỉ dưỡng này, cấp trên chọn một thị trấn rất an ninh, vì đây là thánh địa của một giáo phái mà giáo chủ lúc sinh tiền, từng đối đầu với đối phương. Hầu hết dân cư ở đây đều ăn chay, hiền lành và ngoan đạo. Mỗi ngày ba lần, sáng, trưa chiều đều có những buổi cầu kinh, lúc ấy, thị trấn trở nên vắng lặng, mọi người đều rút vào nhà hoặc đến thánh đường ở trung tâm thực hành nghi thức cầu kinh.

Vậy nhưng vẫn lọt sổ các ổ ăn chơi sa đọa. Đa phần chủ nhân các "ổ" này đều từ nơi khác đến, họ không cùng tôn giáo với người bản địa nên không bị các quy định nghiêm ngặt ràng buộc, xóm "bình khang" hình thành. Nơi này có hàng chục "động" và *bar* rượu, quán ăn, tất cả đều để phục vụ khách làng chơi. Nổi tiếng nhất là động "mười căn", "căn" ở đây được ngầm hiểu là "căn phòng" - "động", có mười phòng tiếp khách. Thật ra, phòng chỉ là những phần diện tích nhỏ được ngăn bởi mười tấm vải hoa cáu bẩn giăng từ nóc tôn xuống mặt sàn gỗ, mỗi "căn" ngang chừng hai mét, liên hoàn, chiếm trọn căn phòng rất dài, trên hai mươi mét.

Đã từng thăm viếng xóm bình khang vài lần trước đây nên Đối, một hạ sĩ thuộc đại đội Thuận, khá rành nơi này. Để tăng thêm phần hứng thú, Đối rủ thêm nhiều binh sĩ cùng đến xóm "xả xú bắp". Cả bọn, sau một trận nhậu "mút chỉ", kéo nhau vào "động mười căn" bày trò.

"Trò" như sau, mười nhân mạng chiếm trọn các căn sau khi đã lựa ra mỗi người một đối tác. Mười tấm màn vải được cuốn lên, phơi trọn dãy nhà dài với mười vuông chiếu hoa cách nhau khoảng ba gang tay. Mỗi cặp sở hữu một vuông chiếu, tất cả đều trần truồng. Hạ sĩ Đối, người điều khiển, chiếm vuông chiếu giữa. Trò khá giản dị, sau khi tất cả đã nằm trên và vào sâu trong đối tác, hạ sĩ Đối hô lớn bắt đầu thì tất cả đều phải nhấp nhổm, không được ngưng, ai ngưng kể như bị loại. Quán quân là người "xuất" sau cùng, khi chín đối thủ trước đó đều lần lượt ngã ngựa. Giải thưởng dành cho quán quân, được nhậu và "chọi" thoải mái không tốn tiền, bất cứ lúc nào cùng các "chiến hữu" đến xóm này trong suốt thời gian nghỉ dưỡng.

Xóm rất nổi tiếng nên khách tìm đến khá đông, đủ mọi thành phần, hắc bạch, chính tà. Bởi phải tiếp nhiều phe phái nên các em khó tránh khỏi bệnh hoa liễu như lậu mủ, hột xoài, mào gà, giang mai. Từ đó, các em lại lây bệnh ngược cho khách. Nhóm mười hảo hán của hạ sĩ Đối có hai tay vướng. Chuyện ấy, thật ra nhỏ, chỉ vài mũi *penicillin* là êm. Khổ nỗi, ba ngày nghỉ dưỡng vừa hết, đơn vị chuẩn bị lên đường, không còn thời gian chữa trị, đành vác bệnh theo. Ngày đầu "tháo nước" chỉ rát, chịu được, sang ngày thứ hai, bệnh trở nặng, pha trong nước có tí mủ và đau buốt mỗi lần "tháo". Ngày thứ ba thì hết biết, mủ tràn ra ướt quần, dầm dề, đau thấu trời xanh, đi đau, đứng đau, nằm đau, và mỗi lần buộc phải "tháo" là mỗi lần có cảm tưởng bị tra tấn, đau đến độ muốn tắt thở! Sốt nữa. Không ăn, bỏ uống, nằm run trên võng rên lập cập, răng va vào nhau lộp cộp không thôi. Y tá chẩn bệnh, phát vài viên trụ sinh, rửa *alcohol* chỗ tươm mủ, thuốc chưa đủ đô nên tác dụng giới hạn, bớt nhưng không hết. Tình trạng khổ đau này chỉ chấm dứt khi cuộc hành quân kết thúc, đơn vị về chỗ an toàn, bệnh nhân tìm thầy lụi vài mũi *penicillin.*

Thuận cùng các sĩ quan khác cũng tìm đến những thú vui nhưng cao cấp hơn. Họ lên xe *jeep* mượn của tiểu khu vù về thành phố, tới vũ trường nhảy đầm, đến phòng trà nghe ca sĩ hát, vào nhà hàng thưởng thức cao lương mỹ vị, uống rượu ngoại, ngủ với gái đẹp. Thuận thích khiêu vũ nên khi bạn bè tìm chốn vui chơi khác, Thuận không theo, anh tìm một vũ trường để thỏa mãn sở thích. Một em vũ nữ bỗng kết Thuận. Em tên Loan. Lần đầu thấy Thuận, Loan có vẻ chú ý đặc biệt, bởi lẽ Thuận hao hao giống Thực, người tình đầu của Loan, mối tình của tuổi chớm lớn. Đó là quãng đời êm đềm nhất, ghi sâu trong tim Loan những tình cảm chân thực.

Loan nhớ Thực, gã con trai nhút nhát, vụng ăn nói, nhưng yêu Loan sâu đậm. Thực học trên Loan hai lớp, mỗi khi chuông reo tan học, Thực phóng nhanh xuống nhà giữ xe, lấy xe chạy ra cổng đứng chờ. Thấy Loan, Thực nổ máy, Loan leo lên yên sau và chiếc xe chầm chậm xuống đường, dần tăng tốc. Suốt đoạn đường dài từ trường về nhà Loan, có khi cả hai không nói với nhau lời nào, hay có nói thì cũng chỉ những chuyện vô thưởng vô phạt kiểu như,

"Hôm nay ông thầy dạy lý hóa của em cảm nặng, sổ mũi, ho sù sụ, nhìn phát tội."

"Sao không nghỉ vài bữa."

"Ai biết."

Hoặc nữa,

"Anh còn nhớ Cúc, bạn em?"

"Cái cô mặt tròn vành vạnh phải không?

"Phải rồi."

"Nhớ."

"Tuần sau nó nghỉ học về quê luôn."

"Sao vậy?"

"Có lẽ lấy chồng."

"Trời, mới mười sáu tuổi."

"Ở quê, có người tuổi ấy đã một hai con."

Những gặp gỡ, trò chuyện nhạt nhẽo, thế mà một ngày vắng nhau là nhớ, nhiều năm sau này, bao nhiêu biến cố bất ưng đã đổ xuống phận số hai người, đưa đến gãy vỡ, thế nhưng Loan vẫn nhớ Thực, vẫn khắc ghi hình bóng Thực mãi không phai nhạt.

Cuối năm lớp mười của Loan, bỗng biến cố đến, ba Loan chết trận, một buổi sáng có người lính đến nhà báo tin. Mẹ cô suy sụp, cảnh nhà nhanh chóng rơi xuống khốn khó, Loan bỏ học, xin vào làm tiếp viên trong một quán cà phê nhạc, lương ít, không đủ lo cho gia đình và hai em trai ăn học, Loan vẫy vùng tìm mọi cách kiếm tiền, để rồi sa chân dần, trở thành vũ nữ, cái nghề, nếu muốn có tiền nhiều phải kiêm làm gái bao. Cô nữ sinh bình dị, hiền lành, an phận xưa kia đã mất dấu. Thực sau đó, thi rớt tú tài một, đi lính, cấp bậc trung sĩ, bị điều về miền Trung và cũng chết trận không lâu sau ngày ra trường. Những mảnh đời thường ấy, nhan nhản, nó làm nên dòng chảy bất tận mang tên dòng đời.

Buổi sáng, sau một đêm ân ái, Thuận đưa Loan xấp tiền khá hậu hĩnh, hỏi,

"Chúng ta còn gặp nhau chứ?"

Loan vẫn còn nằm trên giường, chiếc chăn mỏng đắp kín người, nàng đưa tay cầm những tờ bạc, trả lời,

"Tùy duyên. Nhất thực nhất ẩm giai do tiền định."

"Chà, nho chùm."

Loan cười,

"Em nghe thế, lặp lại thế."

Thuận cúi xuống, hôn lên vầng trán phẳng,

"Anh về, rất hy vọng gặp lại em."

"Anh biết chỗ em làm mà."

"Nhưng hai hôm nữa anh chuyển đến nơi khác, vả lại, lính tráng biết đâu ngày mai."

Thuận xuống cầu thang ra hè đường chờ các bạn đến đón. Nắng lên cao, thành phố đã bắt đầu từ lâu nhịp sống tất bật. Dưng không Thuận nhớ Nhã Phương, nàng chắc đã dậy và đang đứng trước giá vẽ. Thuần thèm nhìn hình ảnh Nhã Phương vờn những nhát cọ trên khung bố trắng, hình ảnh vẫn hiển hiện trong đầu suốt thời gian xa cách. Nhã Phương, anh yêu em.

*

Huệ đặt bàn tay lên trán Thuận, lo lắng,

"Nóng quá, phải đi bác sĩ."

Thuận cầm tay Huệ trấn an,

"Không sao đâu, em biết mà, năm nào đến mùa này anh cũng đều bị hành, rồi cũng qua."

Thuận nhìn hai cái chân cụt, nhăn mặt, có cảm tưởng hàng nghìn mũi kim đâm liên tục vào ống xương, nhưng cũng cố khôi hài,

"Năm nay lạnh, chúng thừa gió bẻ măng, mạnh đòn quá!"

Hai hôm rồi Thuận không đi bán, bị hành tả tơi, buộc phải ở nhà nghỉ dưỡng. Nhưng nằm mãi, suy nghĩ mông lung, đầu óc quẩn quanh đủ chuyện, dĩ vãng, hiện tại, tương lai, tất cả đến, đi, hòa lẫn vào nhau như mớ bòng bong, thêm mệt. Thuận muốn ngồi vào bàn, muốn trải lòng mình lên trang giấy, may ra, ít nhiều giải tỏa được bớt những bức xúc đè nặng tim óc, nhưng Thuận ngồi không nổi, hai ống chân nhức nhối triền miên.

Hôm nay có vẻ khá hơn, cơn đau giảm nhiều, Thuận ngồi dậy kéo chiếc xe lăn, chống tay tung mình vào, Huệ nói,

"Anh đau, sao không nằm nghỉ cho khỏe."

Thuận lăn xe đến bàn,

"Nằm hai ngày rồi, mục cả người, anh chịu không thấu."

Thuận kéo xấp bản thảo và cây viết lại gần.

*

Đại đội qua khỏi bình nguyên rộng cỏ gai ngang lưng, bắt đầu vào khu rừng thưa, mênh mông, trụi lá. Thuốc khai quang đã biến khu rừng trở nên xác xơ. Những cành cây khô vẽ trên nền trời xám đục vô số nhánh xương, nếu nhìn qua lăng kính mỹ thuật thì cảnh quang này đẹp, một vẻ đẹp trần trụi, tan hoang, khô khốc đến u buồn. Bốn trung đội trải thành bốn hàng dọc, súng cầm tay, lưng còng xuống dưới sức nặng không dưới sáu mươi ký gồm chiếc ba lô no căng (bọn lính thường ví von đó là tiệm tạp hóa di động), quần áo, khăn lông, sách, nhật ký, mùng mền, võng, bàn chải, kem chà răng, xà phòng tắm, dao cạo râu, hành, tiêu, muối ớt, bột ngọt, nước mắm, cà phê tan ngay, ba ngày lương tươi, một ngày lương khô, chén, đũa, muỗng, nồi niêu treo bên ngoài, cùng dây nịt quấn quanh bụng với bi-đông nước, bốn trăm năm chục viên đạn, sáu trái MK3, một trái khói màu, một trái sáng, một trái lân tinh, một la bàn, một quả mìn *claymore*, thêm súng phóng lựu M79 hay M72 nếu là khinh binh. Thuận, cấp chỉ huy nên nhẹ nhàng hơn, có hai tà lọt mang vác tất cả, thêm một "cận thần" với máy truyền tin theo sát như hình với bóng, Thuận chỉ cầm tấm bản đồ, cây bút mỡ màu đỏ, chiếc la bàn và khẩu súng ngắn đeo bên hông.

Rừng thưa, và hầu hết cây cối đều nhỏ, thêm thuốc khai quang vặt sạch lá nên không khí oi bức đến ngạt thở, tất cả đều ngất ngư. Đã có một vài binh sĩ chịu không nổi sức nặng của quân trang quân dụng, tìm cách vứt bỏ bớt những gì không cần thiết, kể cả ruột các trái mìn *claymore*! Họ mở ra, móc hết chất nổ TNT quăng đi, chỉ giữ lại cái vỏ làm… cảnh!

Cũng may, nửa trưa, khi bắt đầu vào phần rừng rậm ẩm thấp, nhiệt độ thay đổi hẳn, cảm tưởng như đột ngột bước vào một căn phòng có máy điều hòa không khí. Thuận cho binh sĩ nghỉ chân để nhóm lửa lo bữa cơm trưa rồi ra bờ suối. Thuận leo lên một tảng đá lớn ngồi chấm lại tọa độ, xác định chính xác nơi dừng quân và xem lại hướng sắp tới, mục tiêu là ngôi làng thượng trên lưng chừng ngọn đồi, chếch về hướng Đông Nam. Thuận ước tính, đơn vị phải vượt ba cây số rừng rậm này và một dòng sông rộng. Thuận hy vọng sáu giờ chiều sẽ đến được nơi muốn đến. Xong việc, Thuận đặt tấm bản đồ, chiếc la bàn và cây bút mỡ bên cạnh chỗ ngồi, hướng mắt nhìn theo dòng chảy. Con suối nhỏ quanh co trôi chậm, nước reo róc rách, gió nhẹ, tiếng chim ríu rít trên các tán lá cao, không khí thanh bình, êm ả khiến Thuận cảm thấy mệt nhọc dần tan biến. Thuận ngả người tựa lưng vào mỏm đá, nhắm mắt.

Nhã Quyên ôm cánh tay Thuận, nàng ngửa mặt nhìn những tán cao su rậm lá trên cao, nói,

"Rừng cao su này có lẽ đã trồng lâu lắm rồi anh nhỉ."

"Chắc chừng mười năm. Thường thì, sau năm đến bảy năm từ ngày trồng, người ta đo chu vi thân cây, khoảng năm mươi centimet là có thể thu hoạch, nếu dưới số đo ấy thì không nên, năng suất sẽ ít và làm yếu cây."

"Nhìn các cây này em nghĩ chu vi phải trên năm mươi ấy chứ."

"Bởi vậy anh mới tính chúng đã phải được trồng trên dưới mười năm."

"Bao lâu thì thay cây mới?"

"Tuổi thọ và năng xuất của cây cao su tùy thuộc rất nhiều vào phương pháp nuôi dưỡng, như bón phân định kỳ, như khi cạo mủ không phạm vào lõi, lỡ bị phạm phải bôi một chất thuốc để chữa lành vết thương. Nói chung, nếu nuôi dưỡng đúng thì cây càng già càng cho mủ nhiều. Nếu đến ngày cây cằn cỗi, thì đốn bỏ, trồng mới.

"Bao lâu anh?"

"Ít nhất cũng ba mươi năm."

"Anh có vẻ rành quá nhỉ."

"Anh có một ông chú làm đồn điền cao su hai mươi năm, mới về hưu, ông ấy thường nhắc đến những kỷ niệm liên quan đến cây cao su lúc chén thù chén tạc với bạn bè, anh nghe lóm."

Một con sóc từ trên tán cây gần chỗ hai người chạy nhanh xuống gốc rồi phóng sang một cây khác, leo lên, Nhã Quyên reo,

"Sóc kìa anh."

"Loài này đông trong các rừng cao su."

Gió lao xao, nắng rơi lốm đốm trên lớp lá khô phủ đầy mặt đất, Nhã Quyên bẻ đôi ổ bánh mì, trao Thuận một nửa,

"Chai hia, em ăn một ổ không hết."

Thuận cầm nửa ổ bánh Nhã Quyên đưa, mắt không rời theo dõi con sóc chuyền từ cành này sang cành khác nhẹ nhàng, nhanh và dễ dàng, cái đuôi dài vểnh lên, biến vào một lùm cây. Thuận chờ nhưng không thấy con sóc xuất hiện nữa. Vừa gặm bánh mì, Thuận vừa nói,

"Ăn xong mình đi."

"Anh đã đến đó lần nào chưa?

"Đã một lần hồi còn trung học."

"Xa lắm không anh?"

"Cuối rừng cao su, đi thêm khoảng năm giờ nữa."

"Xa vậy sao anh?"

Thuận ngửa cổ tu dài một hơi gần hết chai nước lọc rồi đứng lên,

"Nửa ngày đi, nửa ngày về, chúng ta còn gần một ngày để vui chơi.

"Chỗ ấy có nhà trọ chứ anh?"

"Có, từ ngày trở thành điểm du lịch, bản làng thay đổi nhiều, nhà trọ, quán ăn, cửa hàng bán thổ cẩm, đồ lưu niệm, nói tóm, đủ món ăn chơi. Thôi em nhích ra, anh dọn dẹp, mình lên đường, chủ yếu là vui, tính xa gần làm gì."

"Nhỡ hết xăng sao anh?"

Thuận cười,

"Trong bản có chỗ bán xăng, em đừng lo."

"Có cả trạm xăng cơ à?"

"Không, bán từng lít, theo kiểu lề đường trong thành phố, cũng do bọn buôn chuyến mang lên."

"Vậy chắc mắc lắm."

"Dĩ nhiên, nhưng có là tốt rồi."

Hai người lên xe chạy dọc theo hàng cao su thẳng tắp dài ngút mắt, tuy nắng đã lớn nhưng dưới bóng rợp của hàng nghìn tán lá trên cao, mặt đất như được phủ che bằng một tấm bạt khổng lồ ngan ngát xanh, mát rượi. Nhã Quyên nép người vào Thuận, mùi thơm thoang thoảng của dầu gội đầu, Thuận nói,

"Thơm quá."

"Gì thơm anh?"

"Mùi dầu gội đầu của em."

"Em tưởng anh bảo em thơm."

"Em thơm, dĩ nhiên."

"Thôi đi, chỉ giỏi nịnh."

Thuận cầm bàn tay Nhã Quyên đang quàng qua eo ếch nâng lên miệng, hôn,

"Thực mà, anh ghiền mùi thơm từ em."

Nhã Quyên áp sát má vào lưng Thuận, cười sung sướng,

"Em yêu anh."

"Anh cũng yêu em."

Chiếc xe chạy chậm, qua hết rừng cao su, mở ra bát ngát khu rừng thưa, con đường mòn chạy quanh co giữa những thân cây không lớn, những bụi sim, chà là rậm lá và những ngọn đồi thấp, Thuận nói,

"Nếu đến đây vào mùa sim ra hoa, kết trái, chúng ta sẽ được dịp ngắm đồi sim tím chập chùng, không đẹp rực rỡ nhưng êm ả bình dị, nhất là tha hồ ăn thỏa thích những trái sim chín mọng."

"Nhất định anh phải đưa em đến đây vào mùa sim chín đó nha."

"Nếu anh không đi hành quân."

Chiếc xe chạy hết thảo nguyên, ruộng vườn thôn xóm đến quanh co lên xuống đồi trọc, lũng sâu, cuối cùng Nhã Quyên nhìn thấy các mái nhà ẩn hiện sau rặng cây xanh lưng chừng ngọn núi cao, nàng hỏi Thuận,

"Kia có phải làng của người dân tộc không anh?"

"Phải, khoảng ba mươi phút nữa mình sẽ đến đó."

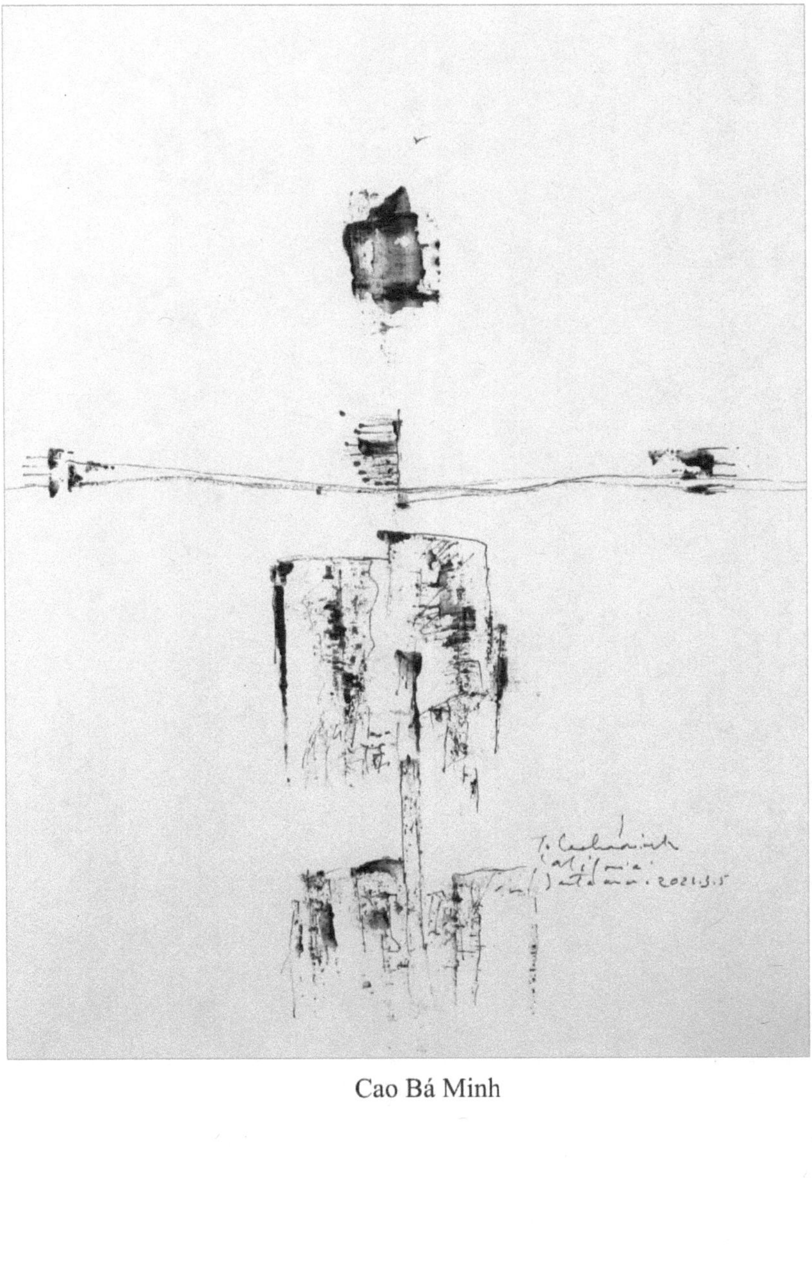

Cao Bá Minh

Xe lên dốc, càng cao càng hiểm trở, con đường mòn không lớn, có lúc men vách núi, một bên là vực sâu, Nhã Quyên ôm chặt Thuận,

"Ghê quá anh ơi, nhỡ lạc tay lái là rơi xuống vực."

"Vậy mà nhiều dân buôn chuyến, đa phần là đàn bà, đi qua khúc đường này hàng ngày, bằng xe phân khối lớn, chở phía sau những bao hàng to đùng, cao khỏi đầu, trông họ phóng nhanh như làm xiếc."

"Họ chọn chi cái nghề nguy hiểm này."

"Mưu sinh mà, vả lại, riết cũng quen, chưa kể đưa hàng hóa lên đây một vốn mười lời."

"Cho thêm vàng em cũng không ham."

Thuận cười lớn,

"Mỗi người mỗi cảnh, em thuộc loại tiểu thư khuê các, làm sao ví bát sành với chén kiểu được."

Xe chạy hết khu rừng thưa, bắt đầu đổ dốc xuống vùng trũng, khá hiểm trở, nhiều chỗ, đường lồi lõm đá dăm, cứ thế đến tận chân núi cao, lại lên dốc đến địa phận của bản làng người dân tộc. Thuận vào bản, cho xe chạy chậm trên con đường đất quanh co, những mái nhà sàn, phần trên để ở, phần dưới nuôi gà vịt, trâu bò, nhà nào cũng có khoảnh vườn nhỏ trồng rau cải và các loại cây ăn quả. Thuận nói với Nhã Quyên, sinh hoạt hàng ngày ở nơi đây rất êm đềm, đàn ông con trai ra rẫy canh tác, đàn bà con gái ở lại nhà nội trợ, dệt thổ cẩm đổi lấy thực phẩm và hàng hóa từ bọn buôn chuyến hoặc gửi bán ở các cửa hàng trong bản, hoặc nữa, bán ngay tại nhà.

Cuối bản là một con suối rộng từ trên cao đổ xuống, qua những ghềnh đá nhấp nhô, vào hồ lớn, mặt nước phẳng lặng, trong vắt. Thuận nói,

"Nơi đây là nhà tắm công cộng, đồng thời cũng là nguồn nước cho sinh hoạt hàng ngày." Nhã Quyên nhìn thấy nhiều thiếu nữ trong trang phục bản địa cười đùa dưới hồ, họ vẫn mặc váy khi tắm, chỉ phơi hai vai, xa xa là những du khách, đa phần nam giới. Thuận cười một mình, tắm chỉ là cái cớ, chính yếu là các ông, các anh có dịp ngắm các sơn nữ và rắp ranh tìm cách tán tỉnh.

Thuận hỏi Nhã Quyên,

"Em muốn tắm không?"

"Em đâu mang theo áo tắm."

"Vậy mình đi dạo, phía trên đẹp lắm."

Thuận nắm tay Nhã Quyên đi dọc theo bờ suối. Lên cao, cảnh vật mở ra, hùng vĩ trong tầm mắt, đẹp như tranh thủy mạc, chập chùng những khối đá lớn, cây xanh mọc từ khe đá, hoa dại vàng rực trong nắng, nước len lỏi róc rách chảy xuống thấp. Nhã Quyên nhìn con bướm nhiều màu vỗ nhẹ cánh trên một khóm hoa dại,

"Bướm ở đây lớn và lạ quá."

Thuận tán thành,

"Lạ thực."

Con bướm lớn gần bằng bàn tay, nhiều màu, vàng cam, đỏ đậm, biếc xanh, lốm đốm những chấm trắng trải đều gần rìa cánh, tất cả đều rực sáng óng ánh kim.

Nhã Quyên nói,

"Bắt con bướm này về ướp đi anh."

"Không dễ bắt đâu, vả lại, chúng ta đâu biết cách ướp."

Chạng vạng, hai người trở lại bản, tìm đến nhà trọ khang trang nhất. Họ đặt và nhận phòng ở tầng trên rồi xuống nhà ăn dùng bữa tối. Thuận gọi các món thịt rừng, cơm trắng và chai rượu sim.

Thức ăn nấu ngon, rượu có vị chát, thơm mùi sim chín,

ngọt, dễ uống. Cặp tình nhân dùng xong bữa tối, uống cạn chai rượu, họ đưa nhau về phòng. Cả hai không ngờ rượu ngọt dễ uống nhưng cũng dễ say, và trong hưng phấn do men rượu, Nhã Quyên đã trao thân cho Thuận.

Hai anh lính tà-lọt đã nấu xong bữa cơm, họ trải tấm *poncho* rồi dọn ra. Tập nói với Ngạn,

"Mày ra gọi đích thân vào ăn cơm"

Ngạn ra bờ suối thấy Thuận ngồi dựa lưng vào phiến đá lớn dưới bóng mát tán cây rộng, nhắm mắt, gió vờn nhẹ những sợi tóc trên vầng trán rộng, Ngạn lại gần, lên tiếng,

"Đích thân."

Thuận choàng thức, Ngạn tiếp,

"Xong rồi, đích thân vào ăn cơm."

Thuận che miệng ngáp,

"Tôi vào ngay."

Ngạn quay lưng, Thuận xuống suối vốc nước rửa mặt, nước mát lạnh giúp Thuận tỉnh táo, hình ảnh Nhã Quyên vẫn lởn vởn trong đầu, căn phòng trọ giữa bản, cửa sổ nhìn ra chập chùng rừng cây, trời cao, ánh trăng già rực sáng. Thuận nhớ tiếng thở hổn hển, nhớ giọng nói hụt hơi, em yêu anh, em không tiếc hối đã trao thân cho anh. Nhã Quyên, anh cũng thế, anh yêu em, chúng ta sẽ vĩnh viễn bên nhau, mãi mãi. Nhã Quyên, anh yêu em, suốt kiếp. Thuận nhớ vòng tay Nhã Quyên ghì siết trên lưng, nhớ hai đùi khép mở cuống cuồng, nhớ khuôn mặt trẻ thơ chìm trong giấc ngủ mang nét vô ưu, tinh khiết, nhớ mái tóc dài đổ tràn trên gối, nhớ đôi mắt khép, nhớ môi đỏ mọng, nhớ hai gò má ửng hồng. Thuận nhớ nắng mai, qua cửa sổ, phủ tràn lên tấm thân nàng với đôi gò ngực nhô cao, mọng chín hai núm hồng, khoang bụng phẳng, gò tình no căng phơn phớt cỏ mượt.

Thuận đi vào, ngồi xuống một góc *poncho*, cậu truyền tin và hai tà-lọt đã ngồi chờ, Thuận nói,

"Ăn đi."

Bữa cơm trong rừng đạm bạc như bao lần, canh chua thịt hộp ba lát lá giang, mắm ruốc thịt ba chỉ kho mặn, cá khô nướng.

Thuận hỏi Ngạn,

"Còn rượu không, rót cho tôi một ly?"

"Dạ còn đích thân."

Ngạn đứng dậy, lại lục ba lô lấy ra chai Hennessy loại nhỏ và rót chất nước nâu óng vào chiếc ly thủy tinh, mang đến. Thuận đón ly rượu, nói cảm ơn rồi uống từng ngụm dè xẻn. Thuận không nghiện nhưng lúc nào trong ba lô của tà-lọt cũng có một chai rượu nhỏ. Thuận xem nó như một loại thuốc ngừa sơn lam chướng khí.

Phía góc rừng cách Thuận khoảng trăm mét, cạnh bờ suối, toán khinh binh của trung đội một vừa dùng bữa vừa rôm rả đấu hót, thực đơn cũng tương tự của Thuận, chỉ khác chút, vì hạ sĩ nhất tổ trưởng người Huế nên các món thường lềnh ớt bột, theo kiểu anh ta,

"Ớt có ưu điểm ngừa được sốt rét."

Một tên lính bĩu môi,

"Thôi đi ông nội, cay xé mồm, sưng mỏ, riêng chuyện ngừa sốt rét, chịu khó bỏ vào bi-đông nước viên thuốc, vừa nhanh gọn vừa chắc ăn."

Đúng thế, trước khi ra quân, mỗi binh sĩ được phát cả tuýp mấy mươi viên thuốc, vừa chống sốt rét, vừa sát trùng, cực kỳ hiệu quả, mặc sức uống nước sông, suối, mương rạch, hố bom.

Giọng Huế của hạ sĩ nhất Đán,

"Tụi mi đứa mô cũng lạm dụng thuốc men."

Thằng An nhại,

"Ông Đạn nọi đụng."

Một thằng lính phụ họa,

"Đụ rồi, mi nịnh ổng được cại chi mô?"

Đán sừng sộ,

"Tổ cha tụi mi, chửi cha không bằng pha tiếng."

Một tên lính khác nói lớn,

"Thôi bỏ chuyện mô tê răng rứa đi. Đề nghị thằng An kể chuyện con ngựa cái của hắn vui hơn."

Cả tổ nhao nhao, đứa cười hô hô, đứa vỗ tay, đứa khích tướng.

An, tên lính nổi tiếng ngầu nhất trung đội, mặt mày bặm trợn, mắt xếch, môi thâm, trên bắp tay trái xăm hàng chữ "xa quê hương nhớ mẹ hiền", tay phải "ơn đền oán trả", giữa ngực, tổ chảng hình đầu lâu nằm trên hai nhánh xương chéo với một câu xanh rờn "thù nhà nợ nước". Có thằng thắc mắc, thù ai, nợ gì? Thằng An cười, "Mẹ, tao dân cô nhi, có nhà đâu mà thù, biết nợ nước là củ buồi gì đâu, nhưng nghe hay, xâm chơi." An có một con ghệ làm nghề nằm ngửa ở hẻm 92 LVD, nổi tiếng, không thằng lính nào là không biết. Con ghệ cũng ngầu không kém thằng kép, hai bên bắp đùi xăm hai hàng chuột nối đuôi chạy vào hang sâu rậm rịt cỏ cao. Độc đáo ở chỗ, con chuột cuối, một nửa chui vào hang, một nửa ở ngoài với hai chân sau và cái đuôi dài. Có lần, thằng An hỏi,

"Em xăm chỗ này không đau sao?"

"Đau thấy mẹ, té đái, nhưng phải gồng, dân chơi mà."

Chưa hết, trên ngực phải con nhỏ còn xăm hình trái tim có mũi tên xuyên ngang, vài giọt máu nhỏ dài xuống khỏi gò vú kèm dòng chữ "niềm đau rướm máu."

Lần về hậu cứ trước, thằng An ăn dầm nằm dề ở động dì Tư, nơi con ghệ của hắn hành nghề. Hắn mua đứt, độc quyền sở hữu con ghệ ba ngày liền, gần hết tháng lương mới lĩnh. Sức trai cộng với nhiều ngày chay tịnh nên ban đầu, thằng An như con bò mộng, vày vò con ghệ liên chi hồ điệp, bất kể đêm ngày. Nhưng sang đến ngày thứ ba, thằng An kiệt quệ. Một buổi tối đang nhấp nhổm, để câu giờ dưỡng sức, nó chậm lại, nhìn hình xăm, cười,

"Niềm đau rướm máu, đau làm sao, kép đá à?"

"Có kép đâu mà đá, xăm chơi."

Con ghệ nâng trái vú nhão mềm kê vào miệng thằng An,

"Bú đi, anh là kép đầu tiên của em đó."

Thằng An ngậm sâu trái vú, nút mạnh, hắn hỏi, giọng như nghẹt mũi vì miệng đầy thịt mềm,

"Thiệt không?"

"Thiệt. Thằng cha hàng xóm phá trinh em, chả già có hột, yêu nỗi gì."

"Sao em để thằng chả thọc?"

'Chả dụ, cho em hai trăm dà cái ra-dô."

"Rồi sao nữa?"

"Ông già em biết, chửi chả một trận te tua xong trói em vào chân giường, bảo sẽ gọt đầu. Em lừa mẹ, nói mở trói cho con, con đau bụng, rồi lỉnh ra cửa sau, leo rào trốn đến nơi ở của một tên ma cô em biết. Mấy cái hình xăm là tác phẩm của hắn. Sống được nửa năm thì hắn bị tó, phải nằm ấp vì chôm một chiếc xế nổ. Em lay lắt bữa đói bữa no, sang từ tay thằng này đến tay thằng khác, cuối cùng rơi vô động dì Tư."

Đã đứng bóng, hôm nay nắng tốt, bầu trời xanh cao, những dải mây trắng trôi chậm, thay đổi hình thù không ngừng, thằng An nửa nằm nửa ngồi, đầu gối trên cái ba lô dựa gốc cây, mắt nhắm như ngủ, một tên giục,

"Kể tiếp đi mày."

Thằng An mở choàng mắt, lục túi lấy bao Ruby quân tiếp vụ, rút một điếu bật quẹt châm lửa, ngửa mặt, chu miệng nhả ra những vòng tròn nối nhau bay lên cao, tan loãng vào tán lá đong đưa trong gió nhẹ.

Mặc cho đồng đội nôn nóng hóng nghe, nó cứ nhẩn nha hút cho hết điếu thuốc. Sau khi búng mẩu tàn vào bụi cây trước mặt, nó mới nói,

"Đụ mẹ, con ghệ của tao chơi sướng de kêu."

Không đợi ai hỏi, nó ba hoa,

"Cái đít chảo của con ghệ như mang cá lóc, phì phò khép mở liên tục chẳng khác tràng đạn đại liên M60, đã hết biết".

Một tên ngồi cạnh thằng An lên tiếng,

"Mày nổ dừa thôi, tao chọi mòn súng, chưa từng thấy cái đít chảo mô phì phò như mang cá lóc."

"Đụ mẹ hổng tin thì thôi, tao nổ để ăn củ buồi à?"

Một tên khác,

"Chuyến này dìa, mày cho tao chọi con ghệ của mày thử coi."

"Rồi, nếu tao nói đúng, mày phải chi một chầu nhậu."

"Chuyện nhỏ. Nhưng mày mậu ghen chớ?"

"Ghen với tương, tiếu lâm, đụ mẹ, nó làm đĩ, mỗi ngày cả chục thằng thọc, miễn mày ăn bánh trả tiền sòng phẳng, chơi chạy không yên với tụi ma cô đâu."

"Dậy thì tốt, đụ mẹ, tưởng tượng thôi tao đã thấy phê."

Một thằng cười hô hố,

"Ráng kiêng cữ cho qua con trăng này, đừng xơi AK47 bất tử, dưới âm phủ chỉ có quỷ sứ, chứ đít chảo dới đít nồi, hổng có mô."

Nghỉ ngơi thêm nửa giờ nữa, Thuận ra lệnh tiếp tục, cả bọn

đứng lên mang ba lô, súng cầm tay, nối đuôi tiến về phía trước. Đại đội gồm bốn trung đội, trung đội một mở đường, trung đội hai và ba cánh phải, trái, trung đội bốn bọc hậu, Thuận và ban chỉ huy đi giữa. Càng vào sâu, rừng càng rậm, dây leo, gai mây bò ngổn ngang, cỏ lau, bụi rậm ẩm thấp thành môi trường lý tưởng cho muỗi, vắt sinh sôi nảy nở. Muỗi vo ve như vãi cát, vắt thì chui vào giày, vào cổ, chúng hút máu thỏa thuê, con nào con nấy trương phình như đầu đũa, bôi thuốc ngừa chẳng ăn thua. Thằng An rứt mạnh một con vắt bám chặt vào cổ, con vật rời ra, kéo theo tia máu trào từ vết cắn. Nó vứt xuống đất, vừa dí nát bằng mũi giày vừa chửi thề

"Mẹ mày, khốn kiếp."

Thiếu úy Tùng, trung đội trưởng, đi sau toán khinh binh của hạ sĩ nhất Đán, bảo tên truyền tin đưa ống liên hợp,

"A lô, tôi muốn gặp đích thân."

Gã truyền tin đại đội đi sau Thuận vài bước, gọi,

"Đích thân."

Thuận quay lại.

"Trung đội một gọi."

Và trao ống liên hợp, Thuận cầm, áp vào tai,

"Tôi nghe."

"Có chuyện, mời đích thân lên chỗ tôi."

"Việc gì vậy."

"Đích thân lên đây sẽ rõ."

Thuận và gã truyền tin theo đường mòn toán khinh binh vừa khai quang, tiến nhanh về phía trung úy Tùng đang chờ. Vừa đến nơi, Thuận đứng sững lại, khắp người lạnh toát, dưới thân cây cổ thụ, một xác người trần truồng bị đóng đinh, hai bàn tay lật ngửa chồng lên nhau, đưa cao, một cây đinh mười phân xuyên qua hai bàn tay, ngập vào thân cây, bên dưới, một cây đinh khác cũng xuyên qua hai bàn chân. Xác đang trong quá trình phân hủy, máu đã khô, mủ tươm ra từ những vết cắt chằng chịt khắp thân thể, ruồi bu đen, giòi lúc nhúc, kể cả những con bọ hung lớn bằng ngón chân cái, đen bóng cũng say sưa dự bữa thịt thối. Mùi hôi toát ra từ cái xác khiến mọi người phải bịt mũi. Thuận cảm thấy chóng mặt, chiếc nón sắt trên đầu bỗng nặng hơn, Thuận tưởng tượng cảnh nạn nhân bị lột quần áo, đóng vào thân cây, và suốt cả giờ sau đó bị tra tấn man rợ. Những nhát dao, hay lưỡi lê xẻo từng miếng thịt trên ngực, bắp tay, bụng, đùi, kể cả mặt, Thuận như nghe thấy bên tai tiếng gào kêu đau đớn, tiếng van lạy xin tha, Thuận nhìn vũng phân dưới chân cái xác, hẳn cái đau đã làm nạn nhân vãi cứt, vãi đái dầm dề, Thuận hỏi thiếu úy Tùng, giọng nghẹn,

"Địch hay ta?"

"Không biết, đích thân, quần áo có lẽ đã bị vứt hết xuống suối."

Thuận nhìn dòng suối phía sau thân cây vẫn đang thản nhiên róc rách chảy, nước trong vắt, thấy dưới đáy vô số sỏi với đủ mọi kích thước, màu sắc. Trên bờ, vươn ra lòng suối là những nụ hoa vàng, rực tắm nắng trưa. Gió mơn man những cánh hoa, nhẹ rung. Từ thuở khai thiên lập địa, thiên nhiên vẫn vậy, tuyệt đối bàng quan, không tham dự vào sự bạo tàn của con người với nhau. Suối vẫn trong, nước vẫn mát, những đóa hoa vẫn khoe sắc. "Địch hay ta?", Thuận hỏi cho có. Địch hay ta thì cũng là người, cũng trẻ, cũng có gia đình, cha mẹ, anh em, và không chừng có cả vợ con, họ hàng. Những thân thích ấy, sẽ vĩnh viễn không biết, con, anh, em, chồng của họ... đã phải bỏ thân thê thảm ở một xó rừng hoang vu. Chỉ vài năm trước, cái xác thối tả tơi kia có thể đã ngồi trong quán, giữa tiếng nhạc êm êm vang ngân, trước mặt là ly kem ba màu, bên kia bàn là người tình e ấp má hồng, môi thơm. Hay cũng có thể họ cùng ngồi bên nhau trên bờ đê cao, nhìn hoàng hôn nhuộm đỏ góc trời, nghe rì rào gió động bờ tre, nghe âm vang tiếng sóng vỗ đập đều nhịp dưới chân đê. Họ nói với nhau về tương lai, về mái trường, về thầy cô, bạn bè. Họ làm sao có thể ngờ, hôm nay, người trai trẻ bị đóng đinh trên thân cổ thụ, bị tra tấn man rợ, bị chết không toàn thây, làm mồi cho giòi bọ! Chiến tranh, con quái vật vô tâm!

Thuận nhìn Tùng, hỏi,

"Mang xác xuống được không?"

"Thế này ai dám đụng tới."

Thuận thở dài,

"Tôi sẽ báo cáo về tiểu đoàn để họ giải quyết. Thôi, cho anh em tiếp tục"

Đoàn quân lại chuyển động, Thuận không dám nhìn lui, nơi mà ruồi, giòi và bọ hung vẫn thản nhiên say sưa với bữa tiệc no nê, ngon lành.

Thằng An vung lưỡi mã tấu phạt đứt những thân lau cao, những lùm cây chắn lối, lính khinh binh cũng có những động tác tương tự, con đường mở lối, đoàn quân lần lượt qua.

Thằng An hỏi thằng bên cạnh,

"Mày nghĩ là Việt Cộng hay phe ta?"

"Hổng biết, đụ mẹ, trần truồng thế kia, Việt cộng hay phe ta giống nhau y chang, làm sao phân biệt?"

Hạ sĩ nhất trưởng toán chửi thề,

"Đụ mẹ bọn nào dã man quạ."

Thằng An đưa tay vuốt mồ hôi chảy ròng ròng trên mặt,

"Đụ mẹ, chiến tranh mà."

"Đánh nhau, mặt đối mặt, thằng nào xui, lãnh đạn hui nhị tì, thằng nào hên, dzìa thành phố, ghệ giếc ăn nhậu mút chỉ. Dzậy thôi, chứ cái màn tra tấn này, ghê bỏ cha."

Đại đội tiến chậm nhưng cuối cùng rừng cũng chấm dứt, đồng bằng hiện ra bát ngát, xa thật xa, nhá nhem trong chiều, một dòng sông rộng êm ả nhẹ trôi. Sẽ phải vượt con sông này mới đến được chân núi và lên được bản, mục tiêu tiểu đoàn đã giao phó. Lưng chừng sườn núi, những nóc nhà sàn chập chờn sau rặng cây sẫm màu, Thuận ra lệnh tản quân dài theo ven rừng, đào hố cá nhân, đặt bẫy mìn, chia nhau canh gác. Đêm nay đại đội Thuận sẽ đóng quân tại đây, đợi trời sáng vào bản.

Mặt trời rải nắng mai lên cỏ cây vạn vật, những nhánh lá đong đưa trong gió, tiếng chim rộn rã, dòng sông lấp lánh ánh bạc, bầu trời rực sáng, sự sống bừng thức. Đại đội bắt đầu di hành về phía bản sau khi đã cơm nước xong. Đến bờ sông, lần lượt từng trung đội mở *poncho*, đặt ba lô, nịt đạn và quân dụng vào, cột túm lại làm thành chiếc phao (*poncho*, tấm bạt nhựa này có lẽ là vật hữu dụng nhất của quân đội, làm áo mưa, làm lều che, làm phao qua sông, làm chiếu, chăn, làm quan tài gói xác). Binh lính nối đuôi vượt sông, lội phía sau phao, súng gác trên phao tránh ướt nước. Sông tuy rộng nhưng không sâu và im sóng, đại đội đến bờ bên kia an toàn, tiếp tục tiến, cuối cùng cũng đặt chân lên độc đạo xuyên suốt từ đầu đến cuối bản. Đường hẹp, quanh co dốc, những bụi cây ven đường nở đầy hoa dại, trẻ con mình trần, quần cộc, mặt mày nhếch nhác chạy theo đoàn quân líu lo bằng thổ ngữ bổng trầm như chim.

Một thiếu nữ trong trang phục váy đen, áo trắng, khăn quấn đầu cũng trắng, vóc người tầm thước, mắt một mí, môi dày, ngực nở, đứng bên vệ đường vẻ tò mò. Thằng An vừa nhìn vừa nói với thằng đi bên cạnh,

"Trông con nhỏ ngon cơm."

"Ngon, nhưng tao nghĩ không dễ ăn đâu."

"Sao thế?"

"Tao nghe nói người dân tộc khi đã trao thân cho ai đương nhiên xem người ấy là chồng. Cũng có nghĩa không chạy làng được, mày dám chơi chạy không?"

Cô gái biết hai người lính đang nói về mình, cô cười tươi làm duyên, mắt lúng liếng, nắng mai nhuộm thắm đôi má phinh phính no tròn, thằng An nói,

"Con gái Thái thường đẹp."

Thằng bạn,

"Sao mày biết em người Thái?"

"Nhìn cách ăn mặc là biết Thái trắng."

"Lại đen với trắng nữa!"

"Chứ sao."

Thằng bạn cười,

"Nghĩa là có Thái đen, da đen như dân Phi Châu?"

Thằng An ra vẻ hiểu biết,

"Đụ mẹ, không phải, đen hay trắng là do y phục, Thái trắng mặc áo trắng, khăn vấn đầu trắng, Thái đen mặc áo đen, khăn vấn đầu đen."

Thằng bạn vẻ không tin,

"Bốc phét!"

Thằng An ra điều thông thái,

"Tao đọc sách đàng hoàng, có đâu dốt nát như mày."

Đoàn quân vượt qua chỗ cô gái đứng, vào hẳn trong bản. Thuận cho lệnh nghỉ ngơi, bọn lính tháo ba-lô khỏi vai, đứng, ngồi, tụ năm tụ ba nói cười rôm rả dưới bóng mát của những tán cây rộng. Qua ống liên hợp, Thuận luôn miệng cắt đặt công việc cho từng trung đội, đồng thời Thuận và ban chỉ huy tiến về phía ngôi nhà rông giữa bản. Ngôi nhà khang trang, rộng, một bên vách treo dàn cồng chiêng đủ kích cỡ, từ nhỏ tới lớn dần. Ông già trông nom vui vẻ nhường chỗ ngủ cho Thuận và ban chỉ huy, ông ta sang ngôi nhà bên cạnh. Thuận nhìn quanh, ngoài giàn cồng chiêng, nhà sàn gần như chẳng có gì, chỉ thêm, dưới sàn trải hai vuông chiếu lớn, cửa chính nhìn ra mênh mông núi đồi phía xa, gần hơn, những cây xanh rậm lá, cành vươn dài gần sát mái. Hai tà-lọt sắp chỗ ngủ cho Thuận rồi lui cui pha cà phê.

Thuận nói với gã truyền tin,

"Nhắc lại lệnh của tôi đến các trung đội trưởng, phân tán mỏng, làm thành vòng đai quanh bản, đào hố cá nhân, ngơi nghỉ, chiều hai giờ, cơm nước xong, trung đội một sẽ đi tuần ngoài bản."

Thuận đi rửa mặt rồi cởi giày nằm dài trên võng, nhắm mắt, một chân làm chèo, nhẹ đưa. Cậu tà-lọt mang đến tách cà phê,

"Đích thân"

Thuận mở mắt nói cảm ơn rồi cầm tách, nâng lên miệng hớp một ngụm nhỏ, chất nước đắng gợi nhớ bữa điểm tâm trước giờ Thuận và Nhã Phương rời bản du lịch, đĩa cà ri nai, cà phê thơm đậm, căn phòng trọ trên lầu hai, Nhã Phương nằm bên cạnh Thuận, xoay nghiêng, ngước đôi mắt long lanh ướt, hỏi,

"Lần hành quân tới anh đi bao lâu?"

"Chưa biết, có lẽ như mọi lần, khoảng ba tháng."

"Em đọc báo, người ta bảo chiến trường ngày mỗi thêm dữ dội phải không anh?"

"Đúng vậy."

"Em lo cho anh."

Thuận vuốt tóc Nhã Phương,

"Sống chết có số, anh rất tin điều này."

Cả hai nhìn bình minh đang lên ngoài khung cửa, những đài lá chưa khô sương đêm, lóng lánh dưới ánh nắng mai, dọc hàng rào gỗ, những luống hồng nở rực những đóa trắng trên nền xanh của lá. Không gian trong veo, sạch, và nhất là yên tĩnh, khác hẳn thành phố, giờ này đã ầm ĩ tiếng xe, tiếng người xôn xao cười nói. Thuận nói,

"Anh thích không gian này."

"Anh thích vì anh là khách đến du lịch, chứ ở hẳn đây, anh

chịu không nổi đâu."

"Sao vậy."

"Anh sinh ra và lớn lên ở thành phố, quen và thích nghi với sự ồn ào, sôi động, làm sao chịu nổi sự vắng lặng này?"

Thuận cười, kéo Nhã Phương vào lòng, hôn nhẹ trên mái tóc rối,

"Em làm chuyên gia tâm lý được đấy."

"Đâu cần phải làm chuyên gia tâm lý, dễ hiểu quá mà."

Thuận ra khỏi giường,

"Tắm với anh không?"

Nhã Phương ngồi dậy, ánh sáng, qua cửa sổ, dội trên khuôn mặt trắng mịn. Thuận cúi xuống vờn môi trên vầng trán phẳng, giọng nhẹ,

"Tắm nhé, anh bế nào."

Nhã Phương quàng tay đu người lên, cười khúc khích,

"Em không nhẹ đâu."

Thuận bế Nhã Phương đi vào phòng tắm. Nàng ép sát má vào ngực Thuận, nghe hơi ấm và nhịp đập thật nhẹ của trái tim người yêu, Nhã Phương vẫn cười, hỏi,

"Em có nặng không?"

"Không, nhẹ hều."

"Xạo."

Thuận cúi hôn vòng môi chu dài vẻ nũng nịu. Tắm xong, hai người thu vén hành lý xuống phòng tiếp tân, cũng là nhà hàng. Thuận hỏi,

"Em vẫn uống cà phê theo kiểu của em chứ?"

Nhã Phương,

"Anh rành em mà."

Uống cà phê "theo kiểu của em" là một ly sữa nóng thêm tí cà phê cho có mùi.

"Hôm qua cô tiếp tân có giới thiệu với anh một món lạ, cà-ri nai ngon bá chấy."

"Cà-ri nai? Lạ nghe."

Thuận gọi món. Hai mươi phút sau, cô phục vụ mang ra một đĩa lớn bốc khói và bánh mì kèm theo. Thịt mềm, ngọt, cà-ri cay cay, lá chiên chẳng biết tên gì, bùi và giòn, lần đầu tiên cả hai được ăn. Thuận hỏi,

"Em thấy thế nào?"

"Lạ và ngon."

Ăn xong, Thuận gọi tính tiền, cả hai ra xe. Sau một giấc ngủ sâu và nước tắm mát lạnh, Nhã Phương tươi tỉnh, mơn mởn, mắt long lanh ướt, Thuần ngây người,

"Em đẹp lắm biết không?"

Nhã Phương cười sung sướng, leo lên yên sau, vòng tay ôm eo ếch Thuận,

"Mình đi, anh."

Chiếc xe rời chỗ đậu trở lại đường cũ, khó đi hơn vì xuống dốc, Thuận chạy thật chậm, lưu ý tối đa những khúc quành, sơ sẩy là lao ngay xuống vực, Nhã Phương ôm Thuận thật chặt, hỏi giọng âu lo,

"Con dốc này dài mấy cây số anh?"

"Khoảng ba cây."

Và để lái suy nghĩ của Nhã Phương về hướng khác, Thuận chuyển đề tài,

"Em vẽ được bao nhiêu tranh mới?"

"Chừng hai mươi bức."

"Sang năm triển lãm được chưa?"

"Hy vọng, em sẽ cố gắng hoàn tất mười bức nữa."

"Vẫn phong cách bán trừu tượng?"

"Dạ, em sẽ đổi dần sang trừu tượng toàn phần. Một phần em ngại người thưởng ngoạn chưa quen, phần khác, lớn hơn, em sợ mình chưa dứt bỏ được suy nghĩ đã bám chặt vào đầu bao năm nay. Thay một màu áo ưa thích đã khó, huống chi thay một nếp nghĩ".

"Đừng làm khó mình, hãy như Bùi Giáng, hãy làm văn chương, thi ca, hội họa trong tinh thần vui thôi mà, như thế ta sẽ không bị áp lực đè nặng và mọi thứ sẽ trở nên nhẹ nhàng thoải mái."

"Ngày xưa khi chưa vào trường em luôn nghĩ về hội họa là cái gì ghê gớm lắm, bây giờ, sau bao năm bên nó, với nó, em ngộ ra, cũng thường thôi, cũng chỉ là một phần của con người mình. Có những điều em cho là quan trọng hơn."

"Ví dụ?"

Nhã Phương nép đầu vào sát lưng Thuận, siết mạnh vòng ôm, nhỏ giọng,

"Anh."

Thuận,

"Thực chứ?"

"Thực, không gì quan trọng bằng anh."

Xe đã xuống hết dốc, Thuận tăng tốc, chiếc xe lướt êm, gió hất tung mái tóc Nhã Phương về phía sau.

Bữa cơm trưa được hai tà-lọt sửa soạn xong. Nhàn đánh thức Thuận,

"Đích thân dậy ăn cơm."

Nắng nhảy múa trên khoảng sân đất rộng, gió từ khu rừng thổi nhẹ, căn nhà sàn mát lạnh, tiếng của gã tà-lọt kéo Thuận ra khỏi giấc ngủ chập chờn cùng những hồi ức. Thuận dậy, rửa mặt, rồi cùng gã truyền tin và hai tà-lọt dùng bữa.

Ăn xong, Thuận gọi trung đội một, lệnh cho họ tuần tra một vòng quanh bản. Trong buổi họp trước khi xuất quân, tiểu đoàn cho biết theo tin tình báo, bản có thể là căn cứ địa của địch, địa bàn trải dài một vòng tròn bán kính dễ chừng mươi cây số.

Thiếu úy Tùng dàn quân rộng, men theo vành đai quanh bản. Địa hình hiểm trở, vách đá cheo leo, nhiều hang động hun hút sâu, cây dại, dây leo, gai mây chằng chịt, toán khinh binh mướt mồ hôi mở đường, những nhát mã tấu không ngừng vung cao kèm tiếng chửi thề. Với thực địa này, sẽ rất lý tưởng dùng cho địch làm căn cứ, mật khu. Trung đội tiến chậm và khá vất vả, dù quân trang quân dụng đã để lại chỗ đóng quân, mỗi binh sĩ chỉ súng cầm tay, dây nịt đạn quấn quanh eo ếch.

Trời oi bức, gió hạ Lào rát mặt, trung đội đã lục soát hơn nửa vòng quanh bản, thực địa càng lúc càng hiểm trở. Đến khu rừng già men vực, một con đường nhỏ luồn dưới tán lá rậm đan kín trên cao dẫn vào hang sâu, An quay sang hạ sĩ nhất Đán, nói,

"Lối mòn nhẵn thín, chứng tỏ thường xuyên có người qua lại."

"Mi dẫn vài đứa vào hang thử coi."

"Sao cha không đi, kêu tui."

"Mi được tiếng gan dạ mà."

Bị khích tướng, An nổi máu Lương Sơn Bạc,

"Thôi được, đứa mô theo tao?"

Hai tên thân gần An tình nguyện tháp tùng. An khoát tay, ba tên khinh binh nổi nhất đại đội đồng loạt mở khóa an toàn cây M16 cầm tay, chĩa mũi về phía trước trong tư thế sẵn sàng nhả đạn, thận trọng tiến vào hang. Ánh sáng yếu dần, đường đi không bằng phẳng, đá tảng chắn lối, nhiều vũng nước tù bốc mùi hôi thối, càng tiến sâu diện tích càng mở rộng. Đi thêm khoảng mươi phút, hang bỗng sáng, một khoảng trống trên nóc mở ra, An ngước nhìn, mảnh trời xanh với vài cuộn mây trắng trôi chậm, gió thổi mạnh lọt vào tạo thành tiếng u u, mát lạnh. An áp máy bộ đàm vào tai gọi hạ sĩ nhất Đán,

"A lô, đã tiến sâu chừng hai trăm mét, chưa thấy gì."

Tiếng Đán,

"Còn vào được nữa không?"

"Còn, nhưng bọn này nghỉ mệt một lát."

"Nghỉ đi."

Thằng An nói với hai tên bạn,

"Mình nghỉ mươi phút rồi đi tiếp."

Trên tầng cao những giọt nước nhỏ tí tách xuống nền đá, vài con dơi thỉnh thoảng vụt qua, tiếng kêu chí chóe buốt óc. Một tên leo lên tảng đá cao, ngồi tựa lưng vào vách,

"Đù mẹ, mát lạnh, tao muốn ngủ."

Tên kia,

"Thằng An kể chuyện gì vui vui đỡ buồn ngủ đi mày."

An cũng tìm chỗ ngồi cao ráo, hắn phóng tầm mắt nhìn suốt lòng hang, ánh sáng chập chờn như hư như thực,

"Nơi này làm chỗ trú ẩn, tránh bom, lý tưởng quá."

Tên lính ngồi trên cao nói,

"Tụi nó thừa biết chuyện này."

Tên lính ngồi dưới nhận xét,

"Nhưng ẩm thấp quá, muỗi mòng như trấu."

An chợt thở dài,

"Tao nhớ con đào có cái đít chảo khép mở như mang cá lóc, đù mẹ, hai tháng chay tịnh, vã muốn bệnh."

Tên ngồi dưới cười lớn,

"Hahaha... Mày không chơi chị năm à?"

"Có, cách nhật, nhưng sao bằng người thật việc thật!"

Tên ngồi trên cao nói với An,

"Hai tháng vắng mày, em có kép khác là cái chắc."

"Còn khuya, con nhỏ kết tao như đỉa đói."

"Dóc tổ, vừa thôi."

"Mày đâu biết tao có bửu bối!"

"Bửu bối?"

"Ừ."

Im lặng một lát, An bỗng hỏi,

"Hai đứa bay biết vô bi là gì không?"

Tên ngồi thấp lắc đầu,

"Vô bi? Là sao?"

An đứng dậy mở khuy, tụt quần, tụt luôn xì-líp. Hắn cầm thằng nhỏ xóc nhanh. Một lát cây súng vươn dài, hùng dũng, phía dưới quanh đầu rùa nhiều khối u nổi cộm, An hỏi,

"Thấy chứ?"

Hai tên lính trố mắt nhìn. Một tên không kềm được ngạc nhiên,

"Thằng nhỏ của mày bị dị tật?"

"Đù mẹ, mày ngu quá. Vô bi đấy, óc lợn."

An kéo quần lên, cài khuy rồi ngồi xuống, rút thuốc bật lửa hút, bắt đầu giảng giải,

"Đầu tiên muốn vô bi phải chuẩn bị đầy đủ mọi vật liệu cần thiết, bông gòn thấm máu, *alcool* sát trùng, bi xe đạp đã rửa sạch và ngâm cồn diệt sạch khuẩn, lưỡi lam, bột *penicillin*.

Bước kế tiếp, dùng lưỡi lam rạch rãnh nhỏ dưới đầu rùa nhét viên bi vào, thấm máu, bôi bột penicillin lên vết thương, tùy ý muốn và khả năng chịu đau, ta có thể vô một lúc bốn năm viên hay chỉ một hai. Sau khi vô bi, giữ vệ sinh, bôi *penicillin* thường xuyên, vài ba ngày sau vết thương lành, bình thường thằng nhỏ trông không khác gì, nhưng khi trương nở cứng còng các viên bi sẽ nổi cộm chung quanh dưới đầu rùa, bấy giờ lâm trận, các viên bi cạ vào vách hang, các em sướng tê tái, mụ mẫm đầu óc, hỏi cha mẹ tên gì cũng mù."

Tên ngồi trên cao gật gù vẻ thán phục,

"Ra vậy, bữa nào mày vô cho tao vài viên."

"Ngữ mày chịu đau nổi không?"

Tên ngồi thấp hỏi,

"Đau lắm hả?"

An vênh mặt,

"Đụ mẹ hỏi ngu, lưỡi lam rạch vô thằng nhỏ, không đau có họa mình đồng da sắt. Đụ mẹ, muốn ăn phải lăn vô bếp, muốn các em mê phải gồng mình chịu đau, chuyện tự nhiên."

Tên ngồi thấp rùng vai,

"Tao thua, đụ mẹ đau chịu sao thấu."

"Có một cách không đau, cũng phê lắm."

Tên ngồi trên cao nhanh nhẩu,

"Nói đi."

"Kiếm cọng thun thắt hai nút hai đầu, xong lấy kéo cắt hai nút thắt, bốn sợi râu sẽ bung ra, tròng vào trước khi lâm trận, các sợi râu cào liên tục vách hang, các em cũng sướng rêm mé đìu hiu."

"Cái này có lý à nghe."

An đứng dậy, với tay cầm cây súng,

"Thôi, chừng đó đủ rồi, đi."

Ba tên tiếp tục tiến sâu vào trong. Mặt đất dưới chân chợt bằng phẳng, mở ra một diện tích rộng, cả ba chợt sững người, nhìn chung quanh, cao gần đụng trần hang, nhiều thùng gỗ chất ngăn nắp, An đến gần, dùng lưỡi lê đầu mũi súng cạy nắp một thùng. Nắp bật lên để lộ trong lớp giấy xốp bọc ngoài là những khẩu AK47 ướt dầu nhớt. Một thằng reo lớn,

"Trúng mánh lớn."

An khui thùng khác, chứa đầy lựu đạn.

Hắn mừng rỡ nâng ống bộ đàm báo cáo về trung đội trưởng.

Thiếu úy Tùng giọng vui,

"Tuyệt. Đợi đấy."

Nửa giờ sau Tùng và khoảng mười binh sĩ nữa cộng thêm những tên lính còn lại của nhóm khinh binh dưới quyền hạ sĩ nhất Đán vào đến nơi, các binh sĩ tản ra xem xét mọi chỗ. Một tên báo cáo,

"Có khe nhỏ dẫn ra rừng rậm."

Tùng đến xem, lách người qua khe đá, trước mặt rừng dày kín, những thân cây lớn rậm lá, thân phủ rêu, cỏ cao phủ đầy mặt đất. Tùng nói với viên thượng sĩ già, trung đội phó,

"Hèn gì chả có tên nào trong hang, chúng đã chuồn hết vào rừng."

Viên thượng sĩ nhận xét,

"Trong ấy hẳn có láng trại."

Tùng gật gù,

"Có thể lắm."

Tùng gọi về đại đội báo cáo sự việc, Thuận điều thêm trung đội bốn tăng cường, kết hợp với trung đội của Tùng canh giữ kho vũ khí, đồng thời trình bày hiện trạng với tiểu đoàn, đợi lệnh. Lần này lập công lớn, về hậu cứ chắc chắn Thuận cùng đại đội sẽ được tưởng thưởng bằng nhiều ngày phép. Thuận sẽ đưa Nhã Phương đi Vũng Tàu.

Thuận lăn xe sát bờ hồ, vạt nắng cuối ngày hấp hối trên vòng tròn đỉnh ngọn tháp cao. Nhìn những bậc thang dẫn lên đài cạnh tháp, Thuận nghĩ sẽ không bao giờ nữa, mình có cơ hội lên trên ấy, để từ đó, phóng tầm nhìn ra đại lộ, vút cao hai hàng cây Sao đến tận công viên tấp nập người xe, cùng tiếng ồn của mọi âm thanh khác, làm nên nhịp sống sinh động của thành phố này. Với hai chân cụt, tháng ngày còn lại, đời Thuận sẽ gắn liền với chiếc xe lăn và những vỉa hè! Không bao giờ nữa, Thuận lên được trên cao nếu không nhờ đến sự phụ giúp của máy móc! Thuận cố nén tiếng thở dài. Huệ hôm nay đến muộn, có lẽ, bong bóng còn nhiều, Huệ đang cố bán thêm hầu có thêm tí thu nhập, cải thiện bữa ăn tối, cả tháng nay chỉ tương với rau. Mỗi ngày, chuyện làm ăn mỗi khó, chỉ hai người, dù cả hai còn làm việc, vẫn bữa đói bữa no. Tương lai mù mịt như đi trong đêm giữa rừng già không trăng sao. Nhiều lần, Huệ nói, nàng muốn có con. Thuận chỉ thở dài, anh cũng muốn, nhưng làm sao nuôi? Nhà không hơn cái chuồng lợn, dột nát, tạm bợ, gió mưa tốc mái, phên vách mong manh, rồi sữa con bú, rồi đứa bé lớn, rồi sẽ học hành…, bao nhiêu chuyện phải lo toan, làm thế nào chu toàn? Thành ra, cuối cùng, theo lời bàn của Thuận, Huệ đồng ý triệt sản. Thuận biết Huệ buồn lắm, không người đàn bà nào lại không muốn làm mẹ, không người đàn bà nào không mơ có một mái ấm với đầy đủ chồng con, và những bữa cơm ấm cúng, những đêm mưa cùng ngồi trên *sofa* xem ti vi, nghe tiếng cười trẻ thơ, tiếng bình phẩm của chồng, tiếng phản bác của vợ… . Hạnh phúc chẳng đâu xa, hạnh phúc không lớn, hạnh phúc bình thường như chén cơm trắng, như đĩa tôm rim mặn, như bát canh cải bẹ xanh, giản dị thế thôi nhưng khó biết bao.

Một người đàn ông ngang qua, Thuận hỏi,

"Xin lỗi anh, mấy giờ rồi?"

Người đàn ông vui vẻ,

"Sáu rưỡi."

Ông ta nhìn cọc vé số trên tay Thuận,

"Vé số bán?"

Thuận,

"Vâng."

Người đàn ông,

"Cho tôi xem."

Thuận đưa, người đàn ông lựa mười vé, hỏi bao nhiêu, trả tiền rồi nói với Thuận, nửa đùa nửa thật,

"Tôi đang xui, mười tấm vé số này biết đâu có vé trúng, bớt xui."

Nói xong, ông ta xoay người băng qua đường, đi về hướng công viên, dáng thư thả. Huệ và chiếc ba gác nhỏ cùng chùm bóng cũng xuất hiện. Đợi Huệ đến gần, Thuận hỏi,

"Sao hôm nay trễ thế?"

"Có thằng chạy xe va vào em, làm vẹo bánh xe, còn sừng sộ lớn tiếng, em níu áo không cho đi, bảo đến công an giải quyết, cuối cùng nó cũng trả cho em năm mươi nghìn, em đưa xe đi sửa, giờ mới xong."

Tôi nhìn vết xước dài trên cánh tay Huệ, hỏi,

"Em có sao không?"

"Không sao, chỉ nhẹ thôi."

Hai người về đến nhà thì trời đã tối hẳn. Tắm rửa, ăn qua quýt bữa cơm rau mắm. Như mọi hôm, Huệ kiểm lại vốn lời sau một ngày rong ruổi khắp đường ngang hẻm dọc và khản giọng rao mời, trước khi lên giường, Thuận tiếp tục sống với hồi ức, như đã, hơn hai tháng qua.

*

Đại đội đóng quân ngoài bìa rừng, trung đội bốn hôm nay nhận nhiệm vụ tuần tra quanh vùng. Vào đến địa phận rừng sâu thì người lính đi đầu của toán khinh binh nhìn thấy gã cán binh vai vác bao tải, có lẽ gạo, men theo dòng suối, vất vả nhảy qua những mỏm đá trơn trượt về phía thượng nguồn. Anh lính vội nâng cây XM16 nhả vội một tràng đạn, tiếng nổ chát chúa xé rách cái vắng lạnh của rừng chiều, gã cán binh giật mình té ngửa, bao tải văng khỏi vai. Gã lăn long lóc mấy vòng, người lính khinh binh phóng nhanh về phía gã, ngón trỏ trên lảy cò, sẵn sàng nhả đạn. Gã chưa kịp ngồi dậy đã nhận ngay một cú đá, văng bắn lên vệ cỏ, đầu va mạnh vào một tảng đá, tóe máu, ràn rụa khắp mặt, gã kêu lớn,

"Anh ơi, tha cho em."

Người lính quay lại nói với một đồng đội,

"Mày lấy dây dù trói tên này cho tao."

Người nghe lệnh vội tháo cuộn dây dù mang bên hông bước tới đạp gã cán binh ngã sấp, bẻ quặt hai tay ra sau, trói nhiều vòng. Dựng gã đứng dậy, người lính hỏi,

"Đơn vị mày ở đâu?"

"Dạ..."

Người lính đá vào bụng gã cán binh, gã ngã ngửa,

"Đù mẹ, ấp a ấp úng, ở đâu?"

Rồi đạp một chân lên ngực gã cán binh đang còn nằm sóng soài trên vũng lầy bốc mùi hôi thối, tay bị trói thúc ké, mặt bê bết bùn sình trộn máu, chiếc áo màu cứt ngựa rách toạc một bên vai, nút đứt hết, phơi chiếc bụng lép và khung ngực trơ xương, chiếc quần cộc nhàu nhĩ, hai ống chân đen đủi, đôi dép râu mòn vẹt.

Người lính chĩa lưỡi lê vào bụng gã cán binh, gằn giọng,

"Có tin tao thọc lòi ruột mày không?"

"Dạ… , tha cho em."

"Đụ mẹ, khai, căn cứ của mày ở đâu?"

"Dạ… em… em…"

Báng súng dộng thật lực vào ngực, tên cán binh kêu lớn,

"Ối…"

Và ngã vật ra sau, máu trào từ miệng, van lạy,

"Tội em anh ơi."

Người lính điên tiết,

"Đụ mẹ, thằng này ngoan cố, chết mày đi."

Rồi vung chân đá tới tấp làm gã cán binh văng bắn khỏi vũng sình vào bụi cây dại,

"Anh ơi, tha cho em."

Người lính lên đạn, tiếng vang khô lạnh, hợp cùng tiếng hét,

"Đụ mẹ khai không, tao đếm đến tiếng thứ ba, không khai, tao cho mày ăn nguyên tràng đạn… , một… , hai…"

Gã cán binh hớt hải,

"Dạ…. em khai… ."

Người lính cúi xuống nắm tóc gã lôi dậy, kéo cho tựa vào gốc cây gần bên,

"Nào, khai đi."

Gã cán binh ngập ngừng,

"Cách đây non cây số, em sẽ đưa các anh đến."

"Tin mày nổi không?"

"Em đang ở trong tay các anh mà, em chưa muốn chết."

Hạ sĩ nhất, trưởng tổ khinh binh lên tiếng,

"Chắc nó không dám nói dối."

Người lính nối thêm dây dù, cột vào cánh tay mình đề phòng gã cán binh lũi chạy, thúc mũi súng vào lưng gã,

"Đi."

Rừng già ẩm thấp, những vũng nước tù lưu cữu rải rác khắp nơi, gã cán binh bước thấp bước cao, len lách qua những vạt cỏ, những bụi rậm.

Bỗng gã dừng lại, phân vân, người lính hỏi,

"Sao thế?"

"Rừng rậm quá, mình men theo suối, dễ đi hơn."

Gã rẽ xuống suối, người lính và toán khinh binh theo sau. Được một đoạn, chợt gã nhào vào dòng nước chảy siết, người lính bị lôi theo. Gã trôi nhanh theo dòng chảy mạnh đổ xuống từ trên cao, dễ chừng cả trăm mét trước khi vào hồ lớn. Toán khinh binh không kịp phản ứng, cả bọn hoảng hốt nhìn gã và người lính trôi nhanh, mất hút. Chắc chắn cả hai đã rơi xuống ghềnh.

Hạ sĩ nhất trưởng toán dùng ống bộ đàm báo cáo sự cố với trung đội trưởng. Theo hệ thống quân giai, tin người lính mất tích cùng gã cán binh nhanh chóng đến tai Thuận. Lập tức, Thuận lệnh cho trung đội bốn tìm kiếm tung tích hai kẻ xấu số. Không lâu sau, họ phát hiện xác hai người mắc kẹt trong khe đá dưới lòng hồ. Vì rơi ở độ khá cao, lại va đập vào đá, họ chết trước khi chạm mặt nước, gã cán binh bể sọ, người lính gãy tay, dập ngực và con nước xoáy mạnh đã nhận chìm xác họ xuống đáy hồ, mắc kẹt giữa các khe đá. Máu đỏ loang một vòng tròn, đường kính chừng ba mét, nhờ thế, trung đội không mấy khó khăn để tìm ra xác họ. Gã cán binh được chôn vội ngoài bìa rừng, người lính thì gói vào *poncho*, đặt vào lán, chờ trực thăng đến mang về nghĩa trang Biên Hòa.

Con chuồn chuồn sắt hạ dần độ cao, cánh quạt quay

nhanh, bụi đất mù mịt. Hai người lính khuân chiếc *poncho* gói xác Ngải, người lính đã chết, lom khom chạy nhanh về hướng cửa mở rộng, đưa lên khoang trống. Chiếc trực thăng lại cất lên, đảo nửa vòng rồi tăng mã lực, bay về hướng thành phố. Chiều xuống nhanh, bóng nắng mới đây còn tràn ngập miếng sân rộng, bây giờ đã nhá nhem.

An và hai đàn em sửa soạn bữa ăn tối, một tên vừa nhấc nồi cơm ra khỏi bếp vừa văng tục,

"Mẹ nó, thằng Ngải chết oan mạng."

Tên kia,

"Tổ cha nó, tên Việt Cộng chó đẻ."

An nhún vai, ra điều sâu sắc,

"Mày chửi nó chó đẻ nhưng bảo đảm phe kia sẽ ca tụng nó là anh hùng. Chính nghĩa luôn đứng về phe nào mình theo."

"Mẹ, mày nói khó hiểu quá."

"Nói chuyện với loại đầu đất như bọn mày chán hơn ăn cơm khê!"

"Thôi, xực đi, tao đói muốn xỉu."

An hỏi,

"Tối nay hai đứa gác ca nào?"

Một tên nói,

"Tao ca chín giờ, thằng Lục ca bốn giờ sáng. Còn mầy?"

"Tao mười hai giờ."

Lục nói,

"Nhớ khoác thêm *poncho*, tao kinh nghiệm, đêm ở núi thường lạnh teo chim."

An cười,

"Teo cho khỏe, đêm nào tao cũng bị nó hành, muốn điên."

"Thì chị năm."

"Chị năm riết súng ống rệu rã, mai mốt chỉ dộng vài cái đã mửa, còn ra thể thống gì!"

An và hai đàn em đấu hót rôm rả chuyện gái gú, chọi chiếc... hàm thụ, "đỡ vã", theo như lời An. Lính tráng chỉ có hai thú vui khi về thành, gái và rượu. Tên lính nhảy dù độc thân nào cũng có một "em" hành nghề nằm ngửa. Các em cần chỗ dựa lưng, còn các chàng thì cần một chỗ trút. Đôi bên cùng có lợi.

Trong ngôi nhà rông, Thuận cũng vừa ăn xong, anh mang ly cà phê lại chiếc võng, ngồi xuống đong đưa, thư thả nhấp từng ngụm nhỏ chất nước đắng bốc mùi thơm quyến rũ. Anh nhìn ra phía cửa, nhìn nhánh lá tắm ánh sáng từ ngọn đèn dầu đặt trên sàn chiếu rọi nhập nhòa như hòa lẫn với bóng đêm. Thuận nghĩ đến gã cán binh và người lính, chúng chết trẻ quá, chỉ ngoài hai mươi. Với tên cán binh là cái chết tự chọn, cái chết có thể do hậu quả của những lời tuyên truyền nặng tính cường điệu, khiến tên cán binh tin, khi bị bắt, sau màn tra tấn khai thác, chắc chắn sẽ bị giết, thôi thì tự thà tìm đến cái chết, xem chừng nhẹ nhàng hơn, đỡ đau đớn hơn, lại kéo theo được một kẻ thù, hành vi yêu nước cuối cùng! Thuận không thấy căm giận tên cán binh, trái lại, có một chút trắc ẩn. Chúng nó, những thanh niên trẻ, hẳn chẳng đứa nào muốn cầm cây súng bắn giết, càng không muốn chôn vùi tuổi xuân trong tâm trạng ngày đêm nơm nớp sợ những trận mưa bom sẽ trút xuống đầu, chết dập vùi tan xác, chết oan khiên không một nấm mồ. Sinh Bắc tử Nam, chỉ là câu tuyên truyền cốt gây giao động, hoang mang những thanh niên ra đi từ miền Bắc, nhưng xét trên góc độ nào đó, phần nào nói lên thảm trạng có thực, cái thảm trạng nhãn tiền, hàng ngày, trải dài hàng chục năm nay, bao nhiêu xác trai trẻ đã vùi dập đâu đó giữa bạt ngàn Trường Sơn, và đói khát, bệnh tật, và bắt bớ, tra khảo, giết chóc… , khiến cuộc sinh tồn trở thành cơn ác mộng kéo dài, không dứt. Người lính của Thuận nữa, hắn trước khi khoác lên người bộ quân phục, hắn cũng có một cuộc sống, nếu không no ấm, thì cũng chẳng quá tồi tệ, làm sao có thể ngờ, hắn sẽ phải chết oan khiên trong dòng nước vô tâm vừa nãy?

Ly cà phê đã nguội, Thuận nằm xuống, cuộc hành quân vừa bước sang tháng thứ ba, Thuận hy vọng sẽ chấm dứt nay mai. Thuận nhớ thành phố, nhớ bạn bè, nhớ những cuộc nhậu, và nhất là nhớ Nhã Phương, người ghi dấu ấn sâu đậm trong tim Thuận. Nhã Phương, người con gái và những khung bố, những mảng màu, những nhát cọ… . Thuận nhớ khôn nguôi hình ảnh Nhã Phương tóc bay trong gió, cánh tay vươn dài với cây chì than vờn múa thoăn thoắt trên vuông giấy trắng mà ngày đầu anh gặp gỡ bên bờ sông rộng im sóng, với giề lục bình trôi chậm, với cánh hoa trắng muốt, với bờ bên kia nhòa trong hanh hao nắng chiều. Nhã Phương, anh sẽ về nay mai, chúng ta sẽ có những ngày bên nhau tuyệt vời. Nhất định Thuận sẽ dành phần lớn những ngày phép đưa Nhã Phương ra Vũng Tàu hoặc một địa danh ven biển nào đó, Mũi Né, Bình Thuận chẳng hạn, hai người sẽ sống trọn vẹn những ngày hạnh phúc.

Nhàn đến bên võng,

"Đích thân uống thêm cà phê?'

Thuận ngước nhìn gã tà-lọt mỉm cười,

"Thôi, uống nhiều ngủ không được."

Ngoài đêm bỗng có tiếng cú rúc dài, Nhàn lắng nghe, lo lắng

"Cú kêu, điềm gở, đích thân."

"Mê tín dị đoan."

"Đích thân không tin sao?'

"Tin cái gì"

"Mẹ em nói, mỗi khi nghe cú kêu, thế nào trong xóm cũng có người chết."

Thuận bật cười,

"Đi hành quân, ngày nào không đụng trận, không thương

vong?"

Nhàn cứng họng, hắn giả lả,

"Em đi ngủ đây."

"Ngủ đi, mai dậy sớm, năm giờ sáng chuyển quân đấy."

Nhàn đến góc nhà, leo lên võng, tiếng cú lại rúc dài, xé rách yên tĩnh của đêm. Ngoài sân, người trung sĩ tuần tra ngang qua, tiếng lách cách của băng đạn và bi đông nước đeo quanh eo ếch vang nhẹ, đều nhịp, tiếng động nhỏ dần rồi tan loãng trong tịch mịch.

Nhàn che miệng ngáp dài. Sáng mai năm giờ chuyển quân, phải ngủ thôi, Nhàn nhắm mắt, nhanh chóng đi vào giấc ngủ.

Thuận vẫn lơ mơ nửa tỉnh nửa thức với hình ảnh Nhã Phương và bạn bè ở một nơi cách xa vùng sơn cước này không dưới tám trăm cây số. Nhã Phương, em đang ngủ? Liệu trong giấc ngủ em có hiện diện của anh không?

Tìm cố quận xanh mờ thủy nguyệt
Kiếm quê hương khóc bích ngạn đào
Nhung nhớ chết đọa đày biền biệt
Gió một vùng huyễn mộng chiêm bao.

(Bùi Giáng)

Huyễn mộng chiêm bao! Nhã Phương, không phải huyễn mộng đâu, anh có thực, em có thực, tình yêu của chúng ta có thực, anh sẽ về.

Tiếng cú, thỉnh thoảng vẫn vang âm buồn bã.

Bên cạnh Ngạn, gã tà-lọt thứ hai của Thuận chưa ngủ. Như mọi hôm, Tập trằn trọc mãi, tiếng sột soạt của chiếc võng ni-lông vang trong khuya vắng khiến Thuận nhiều đêm giật mình thức giấc, khác hẳn với Ngạn, nằm xuống là chỉ hai phút sau đã nghe tiếng ngáy đều nhịp. Tập, tên tà-lọt do Thuận chọn và khá thương mến, bởi lẽ ngoài tính cẩn trọng, ngăn nắp, Tập còn là một thanh niên sâu sắc, học vấn không tệ, thích đọc sách và nghe đâu cũng làm thơ, viết văn, thỉnh thoảng có bài xuất hiện trên các tạp chí văn nghệ.

Tập có một dĩ vãng khá bi thảm. Gia đình Tập ở một vùng xôi đậu thuộc miền Trung. Xong tiểu học, Tập được gửi ra tỉnh học tiếp, ở trọ nhà một bà dì. Nói ở trọ cho oai, thực chất Tập đảm nhận vai trò của một "con sen", dù là con trai. Tập phải đi chợ, nấu ăn, giặt giũ, lau nhà, dọn dẹp, tưới cây… . Nói chung, việc nặng nào cũng do Tập phụ trách. Tuy vậy, việc học của Tập vẫn tiến triển tốt. Tập nuôi hy vọng khi xong trung cấp, với thành tích khá, Tập sẽ xin học bổng, vào Văn khoa. Tập yêu văn chương, mơ trở thành nhà văn. Nhà văn với những hình ảnh của Nhất Linh, Vũ Hoàng Chương, Mai Thảo, Tập đã đọc, qua sách báo, luôn là niềm mơ ước của Tập. Tập luôn nghĩ, nhất định một ngày nào đó, Tập sẽ như họ, được mọi người nhắc đến với nhiều ngưỡng mộ. Nhà văn, Tập quyết tâm sẽ trở thành nhà văn.

Nhưng ở quê nhà nhiều biến cố bất ngờ đã làm đảo lộn tất cả, chẳng những với cha mẹ mà ngay chính Tập cũng ảnh hưởng nặng khiến hướng đời Tập xoay chuyển không ngờ.

Chẳng biết nguyên nhân nào, cha Tập, một ngày kia bỗng bỏ nhà vào bưng theo cách mạng. Mẹ Tập đau buồn sinh giận tức người chồng bội bạc, bà cặp với một trung sĩ Bảo an. Cuộc tình mới đã làm bà, từ tâm hồn đến thể xác, đắm chìm trong hạnh phúc mới. Gã trung sĩ ngoài dáng vẻ bề ngoài bảnh bao, còn nức tiếng là một tay chơi có hạng. Gã đến với mẹ Tập không phải vì yêu, chỉ đơn giản, bà còn trẻ và có nhan sắc. Nhưng qua những lời ngọt hơn mật, vốn dĩ là món võ nằm lòng mà gã luôn đem ra mồi chài phụ nữ, mẹ Tập cũng như bao nạn nhân khác, luôn tưởng gã yêu bà thật. Bà nghe lời gã, bất kể đúng sai phải trái. Sự tùng phục mù quáng đó dẫn đến một thảm kịch khiến Tập đau đớn, phẫn uất đến không còn tha thiết bất cứ chuyện gì, kể cả tương lai và ước mơ lớn nhất của mình, trở thành một nhà văn.

Thảm kịch khởi đầu từ cuối năm đệ tam.

Mãn khóa, Tập về thăm nhà để rồi được biết một chuyện tày trời do chú Thạch, em thứ tư của cha kể lại. Nghe lời gã trung sĩ bảo an, để dứt khoát với người chồng cũ, đồng thời cũng để lập công với chính quyền hầu sở hữu cái môn bài mở quán bia có tiếp viên nữ, ở một nơi đông lính tráng trên địa bàn rộng hơn bốn cây số vuông, ngay trung tâm quận, mẹ Tập đã làm một chuyện tàn nhẫn cùng cực là báo cho bọn Bảo An quận, do chính tình nhân bà cầm đầu, phục kích bắt trọn ổ chồng mình cùng bốn du kích khác nhân một đêm ông nhắn tin sẽ về thăm nhà. Ba Tập bị giải về quận, bị tra tấn thừa sống thiếu chết, bị đày đi Côn Đảo, và không lâu sau, chết vì bệnh kiết lỵ.

Tập trở lại thành phố, trong đầu thường trực hình ảnh ba tả tơi, rách nát, mặt mày, thân xác bầm dập, bê bết máu me bởi những trận đòn trong phòng tra khảo quận, và căn tù tối ám bẩn thỉu, hầm hập như lò nung, được mệnh danh địa ngục trần gian.

Không còn lòng dạ nào nghĩ đến đèn sách, Tập bỏ học, rời nhà bà dì, lang thang vô định nhiều ngày trong thành phố. Bao đêm Tập nằm co quắp dưới mái hiên nhà lạ, trên ghế đá công viên với chập chờn bóng hình cha quằn quại đau đớn. Phải trả thù, nhưng bằng cách nào? Cuối cùng, Tập tìm ra giải pháp, đăng lính nhảy dù và sẽ trở về tìm gã bảo an, "ơn đền oán trả". Tập thề với vong linh ba, sẽ làm cho gã thân tàn ma dại, sống không bằng chết.

Mãn khóa, tận dụng mười ngày phép trước khi trình diện, Tập về quê với hai người bạn thân cùng đơn vị, thuê phòng trọ ở phố quận. Sau suốt ba ngày theo dõi, tìm hiểu hành tung của gã trung sĩ, biết đêm nào gã cũng đến quán rượu của mẹ mình chè chén say sưa, có khi ngủ lại cùng bà mây mưa, có đêm bận trực phải trở về quận, Tập canh gã. Một đêm nhậu xong, gã ra về, Tập liền nhào tới dùng lưỡi lê uy hiếp, buộc gã theo Tập đến một căn lều ngoài đồng trống. Tập đạp gã ngã nhào trên nền đất, hất hàm,

"Biết tao là ai không?"

Gã nhìn lên,

"Cậu... cậu... là ai?"

Tập cười gằn,

"Mày không biết là phải..."

Tập đạp một cú thật lực vào ngực gã,

"Mẹ mày, tao là Tập, con của Hai Thân đây."

"Tập... thằng Tập!"

"Đúng, tao là Tập, hôm nay tao bắt mày phải trả giá cho cái chết của cha tao."

Gã Bảo An hốt hoảng,

"Câu... cậu làm gì?"

Tập không trả lời, nhờ hai người bạn phụ giúp, trói và nhét giẻ vào miệng gã trung sĩ cốt ngăn tiếng la, Tập đè gã nằm bẹp dí trên nền đất, dùng mũi nhọn lưỡi lê đã mài bén, rạch nát mặt, cắt nhượng gân ở hai cổ chân. Hành hình xong, Tập và hai người bạn trở về phòng trọ, bỏ mặc gã quằn quại với những vết thương tuy không chí mạng nhưng chắc chắn rất đau đớn. Sáng hôm sau, nông dân ra ruộng, phát hiện gã nằm thoi thóp trên vũng máu, họ đưa gã đến bệnh viện. Nửa tháng sau, gã xuất viện trên chiếc xe lăn với hai chân què và khuôn mặt dị dạng chằng chịt vết sẹo.

Mối thù trả xong, Tập về đơn vị.

Tuy trả được hận nhưng lòng Tập vẫn không sao yên, ước mơ đầu đời từng ấp ủ đã như cánh chim sổ lồng, vụt bay biệt tăm, Tập biết không bao giờ nữa còn cơ hội và thời gian thực hiện hoài bão ấy. Đời lính, những cuộc hành quân, súng đạn, bắn giết, thương tích, chết chóc, đã cuốn Tập, mỗi ngày mỗi rời xa cảnh đời cũ, thỉnh thoảng thèm lắm, Tập mới viết hoặc bài thơ, hoặc đoản văn gửi các tờ báo văn nghệ. Năm thì mười họa được chọn đăng, có vui đấy, nhưng Tập biết, đó là những niềm vui quá đỗi nhỏ nhoi, làm sao trở thành một nhà văn, như Tập từng mơ ước được!

Ba giờ sáng, Tập đánh thức Nhàn dậy để cùng lo bữa sáng, bữa trưa và thu xếp mọi thứ lỉnh kỉnh, ba lô, súng đạn gọn ghẽ, chuẩn bị lên đường. Mục tiêu là một bản cách chỗ hiện tại sáu cây số theo đường chim bay. Đại đội sẽ đến nơi ấy vào khoảng sáu giờ chiều. Sáu cây số, không xa, nhưng địa hình chẳng thuận lợi, đầm lầy, rừng rậm ẩm thấp, và rất có thể sẽ chạm địch, bởi đây là vùng hoạt động rất mạnh của đối phương. Nơi sắp đến được thông báo, có thể là nơi giam nhốt tù binh, nếu triệt phá thành công mục tiêu này, Tập sẽ lập công lớn, nhiều khả năng được đề bạt thăng cấp.

Mặt trời đã lên cao, nắng mai tràn ngập trên cánh rừng trước mặt, màu nắng mơn mởn, chỉ lát nữa thôi, nắng sẽ chuyển sang gay gắt, bức bối.

Trung đội bốn đã được lệnh đi trước mở đường. Thuận và ba trung đội còn lại bắt đầu xuống núi.

Bỗng có tiếng gọi, cậu truyền tin đưa ống liên hợp cho Thuận,

"Trung đội bốn gọi, đích thân"

Thuận nói,

"Tôi nghe."

Tiếng từ bên kia,

"Sình bùn sâu quá, đích thân, không thể qua được."

Thuận nhìn bản đồ, phân vân một lúc rồi ra lệnh,

"Cho trung đội vòng qua bên trái, sẽ xa gấp hai, đành vậy."

"Rõ."

Thuận vạch lại đường đi trên bản đồ rồi ra lệnh tiến, không phải lội sình nữa nhưng sẽ rất nhọc mệt vì phải đi đường vòng, rừng rậm trùng điệp sẽ làm chậm bước tiến.

Mặt trời ngả bóng, nắng đã dịu, mười cây số đường rừng, vừa phát quang mở lối vừa nhích từng bước, những tưởng không thể đến được mục tiêu trong ngày, nhưng khi xem lại bản đồ, Thuận không thể không vui, chỉ hơn một giờ nữa thôi, cả đại đội sẽ đặt chân lên lên địa phận đã định.

Suốt từ sáng đến giờ đại đội đi không nghỉ, bốn trung đội, bốn toán khinh binh thay nhau dọn đường, tất cả đều rã rời. Toán của hạ sĩ Đán xông xáo nhất nhưng cũng kiệt sức. Trung đội trưởng gọi cho Thuận,

"A lô đích thân, khinh binh đuối rồi, phải cho nghỉ một lát."

" Rồi, nhân tiện cho nấu cơm chiều luôn."

Các trung đội tìm những nơi khô ráo có bóng mát, bếp dã chiến bùng lửa, bữa cơm hoàn tất chóng vánh. Siêng thì trải *poncho*, quây quần chung quanh nồi cơm bốc khói, những con cá khô, hũ thịt ba chỉ kho mắm ruốc mang theo, nồi canh lá giang, là những món chủ lực của lính hành quân. Lười thì mỗi tên một gà-mên, tìm chỗ nào thích hợp, vừa ăn vừa bốc phét.

An thanh toán phần cơm của mình khá nhanh, hắn đưa tay quẹt miệng, đứng dậy đi ra khoảng trống có hố bom rửa gà-mên và uống nước. Hố lớn như ao làng, nước trong, cỏ mọc quanh, có cả những bụi hoa dại trắng nõn nà, đài hoa vươn cao dưới nắng trưa, soi bóng mặt nước phẳng im. Nơi này nhiều năm trước chắc hẳn tang hoang, khét lẹt mùi thuốc đạn, cây cối ngã đổ, cháy đen, chất chồng ngổn ngang, đất bị cày xới, băm vằm. Nhưng sức sống của thiên nhiên quả thực mãnh liệt và vô tận, nếu chứng kiến cảnh tượng nơi này ngay sau khi những trái bom rơi xuống, không ai hình dung được, chỉ vài năm sau, với những trận mưa, cây rừng lại vươn cao, cỏ hoa lại xanh tươi, hố bom khét mùi diêm sinh khô nẻ đã thành ao nước trong vắt, những đàn cá, không biết sinh ra từ đâu, bơi lội nhởn nhơ, yên bình bên những cụm rong nõn mướt. Hủy diệt và khai sinh, vòng luân hồi liên tục quay, bất tận, miên viễn, lạ lùng và kỳ diệu.

An đi vào, hạ sĩ Đán hỏi,

"Tắm được không?"

"Ông tắm, đục ngầu, còn ai dám uống."

"Thôi vậy, để tao ra rửa mặt,"

Đán đứng dậy, một tên chạy theo,

"Đợi tui với."

Lần lượt, cả toán ra hố bom rửa ráy, uống nước, xong, trở vào tìm bóng mát ngồi nghỉ.

Một tên vỗ bụng,

"No thấy mẹ."

Hắn vừa ngả đầu vào thân cây, có lẽ định chợp mắt, nhưng không hiểu sao, lại chồm dậy, quay sang An,

"Ê An, kể chuyện vui nghe chơi."

An hỏi,

"Chuyện gì?

"Đụ mẹ, mày thiếu cha gì chuyện!"

"Chuyện tiếu lâm, chuyện đời, chuyện gái gú, chuyện chọi, bọn mày muốn nghe gì?"

Một tên khác gợi ý,

"Nói chuyện chọi đi, tao vã, thèm chọi khờ người, nghe, đỡ ghiền."

An nhún vai,

"Chọi, xoàng quá!"

"Thôi thì tùy mày, miễn hấp dẫn."

An đủng đỉnh,

"Bọn mày không lạ gì hẻm 92 LVD, cái ổ này nhiều chuyện ly kỳ như liêu trai chí dị, riêng khoản thợ chọi cũng đông dzui, già trẻ đủ cả. Có mợ già chè ra hột, có em chỉ mới hành kinh lần đầu".

Ngưng một chút đợi cho cả bọn sốt ruột, An lại đủng đỉnh,

"Có lần tao chọi một em chưa đầy mười ba tuổi, zú chỉ mới nhú hột cau, hĩm cũng chỉ mới lún phún vài cọng, thế nhưng em có tuổi nghề không dưới một năm, thêm kinh nghiệm chiến trường không chừng ăn đứt các đàn chị, do vậy em rất đắt khách, công lên việc xuống liên miên từ sáng tinh mơ đến giới nghiêm, nhiều hôm không kịp ăn trưa, ăn chiều. Một hôm tao cùng em bày trận, tàn cuộc em than đói, bảo tao chở đi ăn hủ tiếu, ăn xong em lại đòi tao chở vô khách sạn, em thèm ngủ, dìa, em phải tiếp khách, ngủ hổng được. Vừa lên giường em đã phè cánh nhạn ngáo liền tù tì một giấc thẳng cẳng, mặc tao muốn làm gì tùy hứng."

"Mày có mần không?"

"Dĩ nhiên có."

"Em vẫn ngủ à?"

"Ừa."

"Trời, khác chi mần tình dzới xác chết!"

An nhếch môi cười khẩy,

"Bọn mày thừa biết chơi đĩ nhiều lúc như chơi chị năm, mình thì hì hục, còn em dạng háng để mình mặc tình, tỉnh bơ nhai bò khô, ca vọng cổ, xem như phần dưới chẳng dính dáng gì với phần trên!"

"Ừa, nản thiệt! Bởi dzậy, tao muốn tìm một con đào mà tìm mãi chưa ra."

Một tên cười lớn,

"Nhan sắc cỡ Trương Chi của mày, cộng thêm chức binh đơ, chó nó thèm."

"Đù mẹ, nói như mày, nồi nào vung nấy, mày không thấy

mấy thằng mù được con dzợ què dẫn đi ăn xin à? Ông trời công tâm lắm, không bỏ ai. Tao tìm chưa ra là tại hành quân hoài, thiếu thời giờ."

An chen vô,

"Bọn mày cứ nói linh tinh, muốn nghe không?"

Cả bọn im lặng ra điều biết lỗi. An tiếp,

"Lần khác có em bị lậu mủ, nhờ tao chở vô Bà Huyện Thanh Quan. Đến đó một lần, đứa nào yếu bóng vía, cóc dám chơi đĩ nữa."

"Tao có nghe nói, khiếp lắm phải không?"

"Đông như trẩy hội Lăng Ông ngày tết, trai gái có đủ, trong phòng chật cứng, tràn cả ra hành lang, lổn ngổn như giòi. Trẩy hội Lăng Ông mặt mày ai cũng tươi rói, chỗ này trái ngược, ai cũng nhăn nhó thấy phát ớn."

Theo lời kể của An, bệnh viện Bà Huyện Thanh Quan là trung tâm trị liệu bệnh da liễu của thành phố nói riêng, cả miền Nam nói chung. Đến đây mới thấy hàng chục loại bệnh liên quan đến bộ phận sinh dục của nam lẫn nữ, nhẹ thì mào gà, hoa khế, vừa vừa thì lậu mủ, hột xoài, nặng hơn thì giang mai, đủ loại, đủ kiểu. An từng thấy những cô cậu nằm vật vã rên la không ngớt miệng, hạ bộ dầm dề sủi bọt như xà phòng, tanh lợm, những cậu khác súng ống nở tòe loe như hoa mãn khai, mủ máu dầm dề. Các cô y tá cũng ác, bắt các cậu tụt quần cho các cô thọc que quấn bông gòn vào lỗ đái, "thông nòng" rồi bôi thuốc sát trùng đỏ loét, bảo "cho sạch mủ, diệt vi trùng, mau lành", chỉ nhìn thôi đã vãi đái, hèn gì các cậu rống tựa bò bị chọc tiết.

Một bà y tá già, hình như trưởng phòng, chấp tay sau đít, diễu qua diễu lại, nhìn nạn nhân, chì chiết,

"Có câm mồm không, sao khi chơi, sướng không la?"

"Từ nay em cạch, chị làm ơn nhè nhẹ…"

Bà y tá già bĩu môi, nguýt,

"Cạch, nói nghe ngon, mai mốt hết bệnh, lại mò đi tìm, tôi rành các cậu quá mà."

Có tên lính nghe An kể, buột miệng chửi thề,

"Đụ mẹ, gặp tao, đục phù mỏ mấy mụ y tá."

An cười,

"Phét lác, vô đó khắc biết."

Rồi khuyên,

"Nhỡ bể ống khói, tìm ngay y tá lụi vài mũi *penicillin*, đừng để trầm trọng, vào đó khó khá."

An định kể thêm vài món, thì có lệnh chuyển quân.

Đeo ba lô lên vai, một tay cầm cây súng, một tay cầm mã tấu phạt cây mở đường, An vừa đi vừa nói,

"Tối tao kể tiếp."

Hoàng hôn dần loang nhanh khắp nơi khi đại đội đã vào hẳn trong bản. Giao nhiệm vụ xong cho các trung đội, Thuận và ban chỉ huy vào nghỉ ở một ngôi nhà giữa bản. Nhà chỉ gồm hai mẹ con. Người mẹ khó định được tuổi tác, nhìn sau lưng, Thuận đoán bà ta chừng trên dưới ba mươi, nhưng nhìn phía trước, đôi má hóp, mắt một mí lờ đờ, da đen, tóc còi cọc, ngực chảy xệ, hai bàn tay với năm ngón khô, Thuận lại nghĩ, dễ chừng cũng trên bốn mươi! Khác hẳn với người thành phố, điều kiện sống thoải mái, văn minh, tuổi năm mươi vẫn nhan sắc mượt mà, vẫn thừa hấp lực làm xao lòng bọn trai trẻ. Người dân ở những thôn xóm, bản làng đại loại như nơi này, do áo cơm chật vật và lao động chân tay cực nhọc, hầu hết đều già trước tuổi.

Thuận hỏi người đàn bà,

"Nhà chỉ có hai mẹ con à?"

"Dạ."

"Thế chồng chị đâu?"

"Ông ra thành phố bốn năm rồi chẳng thấy tin tức. Chắc có vợ khác."

Người đàn bà mở nắp cái sạp nhỏ ở góc nhà đong hai chén gạo vào chiếc nồi nhôm đen xỉn rồi bước ra nhà sau trong ánh sáng tù mù của cây đèn dầu cài trên vách. Thằng nhỏ chừng lên năm, ngồi im ở mé chiếc giường tre, hai chân thòng xuống đất, dương cặp mắt vô hồn nhìn mông ra cửa, bên ngoài đêm đã chiếm hẳn, bóng tối như chiếc màn đen phủ trùm, tiếng dế ri rỉ lê thê. Thuận nhìn hoạt cảnh, hình dung cuộc sống của bao người khác cùng chung phận số, trôi đi, như thế, từ bao đời nay, và sẽ mãi mãi đến bao đời sau. Gió hiu hiu thổi từ khu rừng phía trước cộng với những suy nghĩ lan man về những kiếp đời không may đã đưa Thuận chìm sâu vào giấc ngủ.

Thuận thức dậy, buổi sáng đã lên. Đợi mọi người cơm nước xong, Thuận phân chia công tác, ngoài trung đội một có nhiệm vụ bảo toàn ban chỉ huy đại đội và tuyến phòng thủ, ba trung đội còn lại chia nhau lùng sục quanh bản.

Khoảng mười giờ sáng, trung đội hai báo cáo tìm thấy một lán trại còn vài bếp lò chưa nguội, có lẽ địch biết bị động, đã vừa rút đi, Thuận hỏi tọa độ và dẫn ban chỉ huy đến ngay. Lán trại kín đáo, núp dưới những tán cây cao rậm lá, cộng thêm giàn dây leo đan dày phía trên, trực thăng trinh sát vì thế không thể phát hiện. Thuận ra lệnh lục soát quanh bán kính một cây số.

Trưa, tiểu đội khinh binh của hạ sĩ Đán báo tìm được chỗ giam nhốt với chín tù binh. Đó là một hang đá cạnh con suối nhỏ. Hang gần như chẳng có gì ngoài một sạp ngủ dài làm bằng những thân cây nhỏ cùng những vật dụng tối cần cho sinh hoạt hàng ngày, vài bát sành, nồi nấu cơm, hũ gạo trộn sắn khô. Thuận lệnh cho cấp dưới, lập tức đưa ngay họ đến ban chỉ huy đại đội. Nhìn dáng dấp ốm o, quần áo tả tơi, Thuận đoán họ bị giam ở đây đã khá lâu. Thuận hỏi,

"Các bạn thuộc đơn vị nào?"

Một người, có lẽ cấp bậc lớn nhất, râu tóc dài như người rừng, trả lời,

"Thưa đại úy, bọn tôi thuộc..."

Gã kể lại trận công đồn của địch quân đêm giao thừa bảy tháng trước trên cao nguyên. Trận đánh khốc liệt, kéo dài đến gần sáng, chỉ chấm dứt khi oanh tạc cơ từ phi trường dã chiến PC bay lên xối xuống trận địa hàng loạt nhưng quả bom có sức công phá lớn. Thương vong cả hai bên đều rất nhiều. Tiểu đội do gã chỉ huy được lệnh ra nằm tiền tiêu tại một thôn ấp xa đồn hơn cây số từ chập tối. Trong may có rủi, tuy tránh được cuộc giao tranh nhưng khi nghe tiếng súng, tiểu đội lập tức rút về để rồi rơi ngay vào vòng vây địch quân, gã và chín thuộc cấp bị bắt, bị giải về căn cứ của địch. Bảy tháng giam nhốt trong hang đá, nếu không được giải cứu, chín nhân mạng rất có nguy cơ biến thành người rừng!

Thuận ngạc nhiên,

"Sao các bạn bị nhốt ở đây lâu vậy?"

"Dạ không biết. Có thể chúng chờ cơ hội thuận tiện giải bọn tôi ra Bắc."

"Giải ra Bắc? Để làm gì?"

"Tôi nghe bọn chúng nói với nhau sẽ đình chiến gì đó, và sẽ có màn trao trả tù binh."

Thuận nhớ đến những bài báo đã đọc trước ngày hành quân. Quả thực hội nghị Paris triển vọng kết thúc, và sẽ thương lượng về lãnh thổ, về trao trả tù binh. Chiến tranh sẽ chấm dứt, hòa bình sẽ đến, Thuận sẽ trở về cùng Nhã Phương? Biết đâu đấy, biết đâu mọi chuyện sẽ thành sự thực.

Thuận báo cáo sự việc về tiểu đoàn và ngay trong buổi chiều hôm ấy, trực thăng xuống đưa tất cả về chiến đoàn.

Khi hai con chuồn chuồn sắt vừa rời căn cứ địch, trung đội ba và ban chỉ huy đại đội trở về bản, thu xếp quân trang quân dụng di chuyển đến địa điểm mới theo lệnh từ tiểu đoàn. Đó là một quận tương đối an ninh, cách bản hơn tám cây số. Quận trù phú, đông dân, có quán bia hơi, quán nhậu thịt cầy, quán cà phê đèn màu xập xình tiếng nhạc và cần thiết nhất, có một nhà thổ! Có lẽ đây là màn ủy lạo những bọn lính tráng đã có công giải cứu chín tù binh.

Cuộc hành quân kéo dài thêm hai tuần nữa rồi được lệnh trở về hậu cứ. Thuận vui, nghĩ đến những ngày nghỉ phép, nghĩ đến Nhã Phương, nghĩ đến những nơi hai người sẽ đi chơi, lòng Thuận như mở hội.

Thuận nhìn Huệ nằm ngửa, thân thể mỏng dính, khuôn mặt xoay nghiêng hốc hác, mái tóc còi cọc, hai bàn tay úp trên bụng gầy guộc, trơ xương, ánh điện vàng vọt phủ trên tấm thân tiều tụy kia một màu vàng bệch. Thuận thở dài, bao năm trôi qua kể từ ngày gặp nhau, Huệ đã không ít lần vì Thuận mà chịu nhiều đắng cay cực nhọc. Mùa đông, những đêm mưa, căn lều mỏng manh quằn quại, rách bươm, Huệ ướt như chuột lọt cống, chạy từ góc này đến đầu kia, kể cả leo lên mái, tìm cách vá víu, che đắp những chỗ bị gió giật, tốc bay. Những tháng hè, đêm nóng như hơ trên lò lửa, Thuận mồ hôi nhễ nhại, trằn trọc không chợp mắt được, Huệ xót, quạt suốt đêm, Dù Thuận rất nhiều lần bảo Huệ hãy ngủ để ngày mai có sức đi làm, Huệ vẫn quạt. Thuận áy náy năn nỉ Huệ hãy ngủ, rốt cục cả hai đều thức trắng. Và cũng không ít lần, Huệ nhịn đói bữa trưa vì bán buôn ế ẩm, dành tiền lo bữa cơm chiều cho Thuận. Sự hy sinh ấy Thuận biết, muốn đáp đền, nhưng bằng cách nào? Thuận còn không tự lo nổi cho bản thân, nữa là! Người đàn bà này đã vì Thuận, gánh thêm trọng trách bằng đôi vai gầy yếu vốn ngày đang một trĩu xuống hơn bởi sức nặng áo cơm.

Thuận lại thở dài. Đêm bên ngoài đã khuya, mưa vẫn rả rích, không lớn nhưng dai dẳng. Căn lều vừa được Huệ gia cố tuần trước, có vẻ chắc chắn, lành lặn hơn, hy vọng những ngày sắp tới, mùa đông hiện diện chính thức, căn lều không bị giật tung như năm trước. Năm trước, nửa đêm gió lớn cuốn bay một góc mái nhà, giường ngủ, mền chiếu, kể cả người, đều ướt sũng, Thuận rét run lập cập, Huệ mở thùng gỗ ở góc nhà lấy tấm mền khô trùm kín Thuận, rồi vội vã,

"Em sửa lại mái."

Huệ phóng ra ngoài, đội mưa bắc thang leo lên nóc, tìm cách vá víu vội vã những chỗ tốc mái bằng những tấm nhựa. Tuy không hoàn hảo nhưng dù sao vẫn khá hơn. Lần ấy Huệ bị cảm lạnh, không đi làm nổi, Thuận cũng nghỉ. Cả hai ăn cơm chan nước mắm dầm ớt suốt hai ngày.

Ngày xưa Thuận yêu Nhã Phương bằng thứ tình yêu nhuốm màu lãng mạn. Bây giờ, với Huệ, tình yêu đậm chất duyên nợ tao khang, sống chết có nhau.

Thuận nhìn xấp bản thảo, nghĩ đến Nhã Phương, hồi ức như sóng, vỗ nhẹ nhàng vào bờ cát trắng, như đêm nào.

Thuận ôm Nhã Phương, biển đêm rì rào tiếng sóng, ánh sáng của những ghe chài phản chiếu dưới mặt nước thẫm đen lung linh. Thuận hỏi,

"Em lạnh không?"

"Anh ôm, ấm mà."

Nhã Phương cuộn tròn nằm gọn trong lòng Thuận. Trăng lên cao, trời trong, trăng như sữa, tắm đẫm cặp tình nhân trong biển ánh sáng lung linh, huyền ảo. Thuận hôn nhẹ lên mái tóc đen huyền chảy tràn vai, một lọn phủ không kín gò ngực nhú cao đỉnh tròn sau lớp vải mỏng. Thuận vạch áo, di chuyển nụ hôn xuống sâu, đậu trên núm thẫm hồng, Nhã Phương rên khẽ,

"Nhột."

Thuận ngậm nút ham hố tựa đứa bé khát sữa, Nhã Phương ôm đầu Thuận, vày vò mái tóc rậm,

"Nhẹ thôi, anh."

Thuận đẩy Nhã Phương ngã dài trên mặt cát còn phảng phất hơi nóng buổi chiều.

Thuận nhớ mãi hai ngày thần tiên cùng Nhã Phương ở một thành phố ven biển.

Thuận nhớ đồi cát chập chùng dưới nắng trưa nhức mắt.

Thuận nhớ những cơn gió phả hơi nóng rát mặt.

Thuận nhớ ghềnh đá phủ rêu và những đợt sóng nhỏ vỗ đập không ngừng, miên viễn.

Thuận nhớ vách đá dựng đứng, nơi có người đàn bà lam lũ ngồi bán từng trái chuối, từng vuông bánh bột trên chiếc mẹt bằng tre xỉn màu.

Thuận nhớ căn phòng lầu hai một nhà nghỉ nhìn ra mênh mông biển xanh, chiều về biển đậm màu từ bờ, nhạt dần, hòa lẫn với bầu trời cùng màu, gần như không thấy đường chân trời.

Thuận nhớ trên cánh tay đầu Nhã Phương gối, mùi hương con gái ngập đầy khứu giác.

Thuận nhớ vòng tay ôm xiết, nụ hôn dài, gò tình nảy cao cho Thuần vào sâu tê điếng.

Thuận nhớ… .

Ba ngày đêm của một tuần nghỉ phép sau cuộc hành quân dài ngày ở vùng đất địa đầu giới tuyến, Thuận chẳng thể quên, nhưng những kỷ niệm không làm Thuận tiếc nuối. Ngày nay, với Huệ, Thuận thấy mình gắn bó nhiều hơn, dù không phải tình yêu vậy mà giữa những hồi ức đắm say với Nhã Phương ngồn ngộn quyến rũ, hình ảnh gầy gò đen đúa không một chút hấp lực của Huệ vẫn chen vào. Nếu buộc phải chọn lựa, nhiều phần Thuận sẽ nghiêng về Huệ. Cũng có nghĩa, tình nghĩa hình như có sức nặng hơn tình yêu. Tình yêu làm đẹp cuộc đời, nhưng tình nghĩa nuôi lớn con người.

*

Tiểu đoàn trở lại hậu cứ đã hơn một tháng, là sĩ quan, Thuận chỉ vào trại buổi sáng, chào cờ, điểm danh, họp phân bố công tác, dặn dò thượng sĩ thường vụ và thư ký đại đội những việc phải làm trong ngày. Buổi chiều Thuận có thể uyển chuyển, ra khỏi trại đến Nhã Phương, cùng người yêu tới phòng trà nghe nhạc, ra ngoại thành dạo chơi, xuống VT tắm biển, tận hưởng tình yêu cụ thể hóa qua rung động của tâm hồn lẫn thân xác. Hay tìm gặp bạn bè, đi nhậu, bù khú mọi chuyện, gia đình, bằng hữu, tình ái lớn, nhỏ, dung tục hay lãng mạn. Nói chung, vài tháng nghỉ dưỡng thật thoải mái. Chả bù thời gian hành quân, hết rừng ẩm thấp đến núi cheo leo, hết làng xóm rách nát đến bản thôn heo hút, và chết chóc thương tật, và chia lìa mất mát. Có những lúc tưởng chừng thành phố với mọi tiện nghi vật chất hình như thuộc về một thế giới nào đó ngoài tầm tay. Có những lúc khác mọi chuyện trở nên tầm thường trước cái chết của đồng đội, của cả địch quân. Họ, đều là những người rất trẻ, chỉ trên dưới hai mươi, đã sinh ra, đã lớn lên, trong đùm bọc, chở che của người thân, đã đến trường, đã yêu đương, đã nghĩ về tương lai cùng bao nhiêu ước mơ. Thế mà thời thế đã ném họ vào chiến tranh, để rồi đến lúc bỗng không ngờ, một hòn đạn ghim vào ngực, một mảnh bom phạt ngang bụng, một quả mìn phá nát nửa thân thể, họ xuôi tay, lìa bỏ tất cả ở xó rừng hoang vu nào đó. Những cái chết tức tưởi, những cái chết ngoài mong muốn, những cái chết oan khiên không khác con heo bị chọc tiết trong các lò mổ Thuận từng nhìn thấy hồi còn đi học. So sánh khập khiễng nhưng không hiểu sao vẫn tái hiện trong não trạng mỗi lần Thuận chứng kiến một người trẻ nào đó lìa bỏ trần gian!

Nắng nghiêng, bóng râm dãy phố bên kia ngả bóng chiếm gần phân nửa mặt lộ, Thuận đang ngồi nhậu với hai người bạn trong một quán thịt chó gần bộ tư lệnh thì một trung sĩ, thuộc cấp của Thuận, đi vào, nói nhanh,

"Đích thân, có lệnh vào gấp doanh trại."

Thuận gọi tính tiền, nhìn hai người bạn cười như xin lỗi,

"Chắc chuyện chẳng lành, tôi phải vào, hẹn khi khác."

Một người rót đầy ba chung rượu,

"Trước khi đi, cạn hết ly này."

"Chuyện nhỏ."

Thuận nâng ly uống cạn. Đặt ly xuống bàn, đứng dậy, bắt tay từng người rồi cùng gã trung sĩ trở về doanh trại.

Tất cả các sĩ quan đều có mặt, thiếu tá tiểu đoàn trưởng lướt mắt nhìn qua một lượt các thuộc cấp trước khi chậm rãi,

"Tình hình rất nghiêm trọng, kể từ bây giờ các bạn không được phép rời doanh trại, và phổ biến lệnh này đến binh sĩ thuộc cấp, ai vi phạm sẽ lãnh kỷ luật tối đa."

Tình hình rất nghiêm trọng, Thuận biết, qua vô số hình ảnh, phóng sự, các phương tiện truyền thông loan tải hơn tuần nay. Cao nguyên và miền trung lần lượt thất thủ, dân chúng chạy loạn, vợ chồng con cái bồng bế, dắt dìu nhau giữa mù mịt khói lửa. Những cây cầu bị giật sập, những chiếc xe nhà binh kín người chúi mũi xuống dòng sông, những xác chết máu me giữa lòng đường, bụi bờ, mương lạch, rừng xanh núi thẳm, những mái nhà đổ sập, ám đen, nghi ngút khói. Cùng qui luật bất biến, hoảng loạn vô pháp là môi trường tốt cho tội ác bung nở, cướp giật, hãm hiếp, giết chóc.

Trước đó, trong những cuộc nhậu của Thuận với bạn bè, đề tài trọng tâm không còn là chuyện trai gái linh tinh như hầu hết mọi lần, mà thay vào đó là tình hình thời sự cùng tin tức tràn ngập trên truyền thanh, truyền hình, những tín hiệu khả tín với hình chụp minh họa, dự báo trong tương lai gần một cơn địa chấn khốc liệt sẽ xảy ra.

Giờ nó đang xảy ra!

Thuận ở doanh trại bốn hôm, nội bất xuất ngoại bất nhập, muốn nhắn tin về gia đình hoặc Nhã Phương cũng không biết bằng cách nào. Sang đến ngày thứ ba, khi ông tổng thống của miền Nam lên đài kêu gọi quân đội buông súng, tiểu đoàn trưởng gọi họp, buồn bã,

"Các bạn hãy tự lo..."

Thuận rời doanh trại, về chỗ trọ.

Tình hình xoay chuyển nhanh quá, như một giấc chiêm bao!

Thuận thay vội bộ quần áo dân sự, lên chiếc Honda 67 phóng đến nhà Nhã Phương. Ngôi nhà gạch sơn trắng giữa khu vườn rộng, hai cánh cổng sắt đóng kín, Thuận bấm chuông, im lìm. Thuận lại bấm, vẫn im lìm. Một người hàng xóm mở hé cửa, thò đầu ra ngoài, nhìn về phía Thuận,

"Cậu tìm ai?"

"Thưa, cô Nhã Phương."

"Cả nhà đã di tản rồi."

"Di tản?"

"Đúng vậy, họ đi hôm qua."

Thuận về nhà, cũng cửa đóng, Thuận dùng chìa khóa riêng vào trong. Vắng lạnh. Trên bàn *sofa* ngoài phòng khách, một lá thư với vài dòng, nét chữ của ba,

"Không thể liên lạc với con. Ông F ở tòa đại sứ sắp đến đón cả gia đình. Tin rỉ tai, Việt cộng vào sẽ rút móng tay đàn bà con gái, mẹ và em gái con sợ quá, hối thúc ba phải đưa mọi người đi nên không thể chờ con. Nếu về kịp trong vòng hai ngày thì hãy đến chú H, chú ấy sẽ lo cho con."

Bốn ngày đã trôi qua, gia đình chú H cũng đã lên đường bằng tàu của người bạn hải quân. Đồng nghĩa Thuận sẽ không còn cơ hội nào nữa gặp lại người thân.

Thuận ngồi xuống *sofa*, nhìn quanh, không gian này thường ngày ấm cúng nhưng bây giờ trở nên lạnh lẽo. Thuận xoay người với tay mở cửa sổ, gió nhẹ phả vào mặt, nắng rải trọn mảnh vườn nhỏ, dọc bờ tường phân chia ranh giới với nhà hàng xóm, những khóm hoa cúc nhỏ vàng rực trên thảm lá xanh. Thuận cố trấn tĩnh, có cảm tưởng thiếu dưỡng khí, khó thở. Từ lúc tổng thống DVM tuyên bố đầu hàng, tâm trạng của Thuận rất mâu thuẫn, nửa mừng, chiến tranh chấm dứt, chết chóc không còn, mơ ước cùng Nhã Phương nên duyên chồng vợ là hiện thực sẽ đến trong tầm tay. Nhưng buồn vì chọn lựa binh nghiệp làm hướng tiến thân bỗng chốc vụn vỡ. Tương lai bế tắc. Thuận phải làm cách nào đây? Đi học lại? Tuổi Thuận không còn trẻ, vả, nhiều năm ăn nằm với súng đạn, hiểm nguy đã quen, giờ trở lại với giảng đường, Thuận nghĩ khó thích nghi. Hơn nữa, trong chế độ mới, liệu có được thoải mái chọn lựa không? Hàng trăm câu hỏi làm đầu óc Thuận rối tung. Để khuây khỏa, Thuận ra xe chạy khắp thành phố. Khung cảnh như bãi tha ma. Hầu hết hàng quán đều cửa đóng, người cũng không đông như thường ngày, mọi con đường đầy rác, dọc lộ LVD từ BQ xuống đến HH quần áo giày mũ quân nhân VNCH vung vãi khắp nơi. Thuận chạy vô định, trong đầu hình ảnh Nhã Quyên và gia đình cùng cha mẹ, anh chị em của Thuận hiển hiện với câu hỏi không ngừng quẩn đọng trong đầu, giờ họ đang ở đâu? Làm sao gặp được họ? Nhất là Nhã Phương, anh muốn gặp em, muốn ôm em vào lòng, muốn hôn sâu đôi môi mọng chín, anh sẽ rót vào tai em,

"Nhã Phương, từ bây giờ anh sẽ mãi mãi bên em."

Nhã Phương, anh yêu em không cùng. Mấy tháng xa em, không đêm nào anh không mong ngày hội ngộ, làm sao ngờ được, đến lúc mong ước thành hiện thực chưa lâu thì sự cố vừa qua đã đẩy em rời xa anh. Nhã Phương, chả lẽ anh không còn gặp em nữa? Chả lẽ chúng ta sẽ mãi mãi xa nhau?

Nghe nói đệ thất hạm neo đậu ngoài khơi, chờ đón lính Mỹ cũng như những người Việt làm việc cho họ và thân nhân. Ba của Thuận cùng gia đình Nhã Phương nằm trong diện này nên tất cả đã được rước đi. Đổi thay quyết liệt quá, một nửa đất nước, trên ba mươi triệu người, hàng triệu gia đình đã ít nhiều chịu ảnh hưởng. Điển hình như Thuận, bỗng chốc trở thành kẻ tứ cố vô thân, Thuận không hình dung được những ngày tháng sắp tới cuộc đời mình sẽ thế nào.

Thuận lang thang khắp nơi, thành phố bắt đầu vào đêm. Cảnh nhộn nhịp trước kia đâu rồi? Những cửa tiệm sáng rỡ ánh điện, những salon xe, phòng trưng bày máy móc điện tử, tấp nập khách, xập xình kèn trống, những nhà hàng đèn màu giăng mắc, những quán cà phê tiếng nhạc tràn ra đường phố… Tất cả đã cửa đóng, đã yên ắng đến lạ lùng.

Thuận ghé vào một quán nhậu bình dân trên đường NTL, nơi Thuận cùng vài người bạn thường đến những lúc cả bọn ít tiền. Quán tuy nằm ở góc khuất của con đường nhỏ nhưng lúc nào cũng đông, khách nhậu luôn tràn ra vỉa hè sát mặt lộ. Nhưng hôm nay chỉ vài bàn với chưa đầy mươi người, có lẽ hầu hết thuộc thành phần lao động chân tay.

Người đàn ông có khuôn mặt sạm đen, hai lưỡng quyền cao, đôi mắt đục dưới hai hàng lông mày thưa, ngồi kiểu nước lụt trên chiếc ghế đẩu, nâng ly rượu nếp than pha đá ngửa cổ uống một hơi cạn phân nửa, đặt ly về vị trí cũ, cầm đũa gắp miếng lòng heo kẹp rau thơm, chấm vào chén mắm tôm đỏ ớt,

"Còn nhớ lão Năm ba gác cạnh nhà tao không?"

Gã bạn nhậu, cũng trạc tuổi người đàn ông, trả lời,

"Cái lão tứ thời bát tiết ở trần trùi trụi ấy à? Nhớ."

"Ừa, ai ngờ lão là cơ sở nội thành."

"Chà, dữ ta."

Người đàn ông nhai miếng lòng, hít hà,

'Cay xé môi!'

Ông ta vội vớ ly trà đá "chữa lửa" một hơi gần cạn, tiếp,

"Giờ lão lên làm phường trưởng cách mạng!"

Gã bạn nhậu ra điều am tường mọi chuyện,

"Tui đọc báo thấy tay họa sĩ chuyên vẽ châm biếm rất nổi tiếng cũng thuộc thành phần nằm vùng."

Người đàn ông lại nâng ly uống hết, rót ly mới,

"Ăn thua chi, cái ông gì cố vấn tổng thống còn nằm vùng nữa là."

Sẽ còn nhiều bất ngờ nữa, Thuận đoán. Uống hết xị rượu Thuận đến quán cơm nhỏ gần đó gọi một đĩa cơm sườn. Ăn xong Thuận về nhà. Bước qua khung cửa, mở điện, ánh sánh bùng lên, căn phòng rộng thường ngày rộn tiếng người nay im ắng như mộ địa, Thuận lên phòng lấy bộ đồ ngủ vào buồng tắm. Đứng trần truồng hồi lâu trước tấm gương lớn, nhìn mặt mày hốc hác phản chiếu, bất giác Thuận thở dài, lo âu lại dấy lên, Thuận chặc lưỡi thầm nhủ, mặc, ra sao thì ra, lo quá cũng chả giải quyết được gì! Thuận mở khóa nước. Cơn ngây ngất của xị rượu nếp than nhanh chóng trôi theo dòng nước mát lạnh.

Thuận thay bộ đồ sạch lên giường bật truyền hình. Phóng sự xe tăng B40 ủi sập cổng dinh Độc Lập, những người lính ngồi trên nóc, dưới lá cờ giải phóng hai màu xanh đỏ, mũ tai bèo, súng trên tay. Dưới đất, chen chúc trên vệ đường, tràn xuống mặt nhựa, dân chúng nhìn theo, vẻ tò mò, háo hức. Rồi hình ảnh đoàn quân giải phóng vượt cầu xa lộ, di hành về hướng trung tâm thành phố, trên nền nhạc thôi thúc, dồn dập. Hoạt cảnh khác xa màn oanh kích ven sông. Thuận nhớ những xác chết của binh sĩ hai phía và xác thường dân ngổn ngang khắp nơi, Thuận nhớ những mái tranh nghi ngút lửa khói, những thân cây ngã đổ, những luống cải bị xới tung, bò trâu ngơ ngác, hoảng sợ, heo gà oang oác, eng éc…

Nhưng tất cả đã qua, đã thành dĩ vãng.

Ngót mười ngày ăn không ngồi rồi, Thuận lang thang khắp nơi, nhìn, nghe ngóng. Hầu hết dân miền Nam mỗi khi nhắc nhớ những sự kiện liên quan đến kẻ chiến thắng đều dùng một giọng hàm ý mỉa mai, bỉ thử. Thuận nghĩ, chỉ mới chia cách hai mươi năm? Hai mươi năm, thời gian nào dài lâu gì, vậy mà sự xa cách đã vời vợi!

Gần một tháng kể từ hôm cởi bỏ bộ quân phục, lệnh tập trung học tập ban hành. Quân nhân Việt Nam cộng hòa cấp hạ sĩ quan, từ trung sĩ tới thượng sĩ nhất, học ba ngày tại địa phương. Sĩ quan, từ chuẩn úy trở lên, tập trung tại các địa điểm do nhà nước phân bố.

Nhưng không như chính quyền nói, Thuận và tất cả sĩ quan, từ cấp nhỏ nhất đến cao nhất, đều phải đi học không giới hạn thời gian. Những tháng đầu còn ở các địa danh gần, dần dần chuyển đi xa, ra tận cao nguyên mù sương miền Bắc, xuống đáy Năm Căn muỗi mòng như trấu hoặc lên Trường Sơn trùng điệp rừng thiêng. Bước đầu, Thuận về một trại cách thành phố ba mươi cây số. Nơi này hồi còn chiến tranh nổi tiếng là vùng bất khả xâm phạm, sông rạch chằng chịt, bùn lầy nước đọng, mìn chông giăng mắc, muốn vào đây phải có giao liên dẫn đường, bằng không, nhiều phần tan xác, què cụt hoặc chết đói trong bát quái trận đồ thiên la địa võng của rừng ngập mặn.

Là con nhà tuy không giàu nhưng sung túc, vào quân đội, xuất thân từ Võ bị Đà Lạt, Thuận đương nhiên thuộc thành phần ăn trên ngồi trước, chưa từng lao động chân tay. Vậy mà giờ đây phải cùng các bạn tù đào đất đắp nền, đốn cây, gom lá cất lán làm chỗ trú ngụ. Hai ngày quần quật không ngưng tay, dưới sự giám sát và hò hét của các tay quản giáo mặt mày lúc nào cũng nghiêm trọng, cái nghiêm trọng cố tình cường điệu cho xứng với vị thế kẻ chiến thắng! Ngồi nghỉ dưới tán lá tràm, Thuận nhìn thành quả lao động của bốn mươi tù nhân, hai dãy lán song song chạy dài cạnh dòng kinh, rồi nhìn hai bàn tay phồng rộp và những vết sước khắp mặt mũi, Thuận thở dài, biết cuộc đời mình từ nay sẽ chỉ đi xuống. Hết rồi những phòng trà, tửu quán; Hết rồi những môi hồng, mắt xanh; Hết rồi những hò hẹn, vui chơi; Hết rồi những rung động gối chăn, những mê đắm thịt da cảm xúc. Một đổi đời quyết liệt!

Thời gian chậm chạp trôi qua, cuộc sống càng lúc càng kham khổ. Ngày quần quật lao động, phát quang, khai mương, lên vồng, cấy trồng hoa màu, chủ yếu sắn khoai, một phần tự nuôi thân, phần khác, nhiều hơn, gửi về các kho dự trữ lương thực. Tối, dù mỏi mệt, chỉ mong ngủ lấy lại sức, nhưng vẫn phải học tập, kiểm điểm, phê bình, tự thú. Thiếu ăn, thiếu mặc, đói, lạnh, ốm đau không thuốc men, làm việc khổ sai đã khiến mọi người tự triệt tiêu mọi nhớ tưởng đến người thân, vợ con cha mẹ, trong đầu chỉ tồn tại duy nhất một ước muốn khiêm tốn, được một bữa ăn no, không cần ngon, một manh áo lành, không cần đẹp, một tấm chăn ấm, không cần êm.

Một buổi sáng trời còn nhá nhem, Thuận và các bạn tù theo quản giáo đến nơi cần khai rẫy mới cách lán ba mươi phút đường rừng. Khu này đất thấp, ngập úng, phát quang xong, trước tiên phải khai mương xả nước. Mọi người miệt mài với công việc, trưa đứng bóng, nắng tháng ba đổ lửa xuống những thân xác ốm o, đói ăn, vài người ngã quỵ. Quản giáo ra lệnh cho nghỉ ăn trưa, những nắm cơm gạo lức độn sắn, muối giã nhỏ, thế thôi, nhưng vẫn không đủ no. Thuận ăn xong đến bóng mát nhỏ dưới gốc cây tính ngả lưng vài phút. Khi nhảy qua rãnh nước, chân vừa chạm mặt đất thì một sức đẩy làm Thuận văng bắn về phía sau, kèm theo tiếng nổ lớn, khói bụi đất đá văng tứ tung. Thuận giẫy giụa trên vũng máu, hai chân dưới gối bay mất, trơ hai ống thịt nhầy nhụa gân, máu. Mọi người chạy tới. Một người la lớn,

"Thằng Thuận đạp phải mìn."

Quản giáo ra lệnh,

"Tìm cách băng bó rồi khiêng ngay về lán."

Tấn, bạn thân của Thuận, cởi chiếc áo đang mặc bó tạm phần còn lại của đôi chân, quay nhìn một bạn tù khác, nói,

"Phụ tôi mang hắn về lán."

Thuận thều thào,

"Chắc tôi không sống nổi."

Tấn an ủi,

"Sẽ qua thôi."

Thuận đau quá, không nói được nữa, chập chờn nửa tỉnh nửa mê.

Đến lán, ban chỉ huy quyết định đưa ngay Thuận về bệnh xá quận. Nơi này sơ cứu rồi chuyển lên bệnh viện thành phố.

Qua phẫu thuật, người ta cắt hai chân cao gần đến gối. Hai mươi ngày vật vã với những cơn đau triền miên vì thiếu thuốc men. Cuối cùng Thuận cũng được cho xuất viện, vết thương tuy chưa lành hẳn song cũng đã khô. Bác sĩ dặn,

"Phải giữ vệ sinh, đừng để nhiễm trùng."

Người y sĩ qua giường bệnh bên cạnh. Thuận ngồi dậy. Xuất viện! Không còn chân, không xe lăn, di chuyển bằng cách nào? Từ một đại úy hào hoa, bỗng chốc biến thành tên tù cải tạo rồi một phế nhân cụt cả hai chân, Thuận rơi nhanh hết bất hạnh này xuống bất hạnh khác, đến chẳng kịp ngạc nhiên. Thuận không còn muốn sống, nhiều đêm khốn khổ vật lộn với buốt nhức, đến khi cạn kiệt sức lực, sắp chìm vào giấc ngủ đầy ác mộng, Thuận thầm mong sẽ chẳng bao giờ thức giấc. Chết. Chỉ rời xa khỏi cuộc đời này mới chấm dứt bất hạnh. Đã mất gia đình, xa lìa người yêu, mất luôn tương lai và sự nghiệp, duy trì thêm sự sống thừa thãi này nào ích lợi gì? Thuận ngồi thừ trên giường. Cô y tá thường ngày coi sóc bệnh nhân dãy phòng, hỏi Thuận,

"Nhà anh ở đâu?"

"Thưa, ở…"

"Thế thì gần đây thôi."

"Nhưng làm sao tôi về?"

"Anh không còn thân nhân à?"

Thuận nhẹ lắc đầu. Cô y tá chép miệng,

"Để tôi gọi xích lô."

Không đợi Thuận trả lời, cô y tá xoay người ra khỏi phòng. Khoảng mười lăm phút sau cô ta trở vào cùng người đàn ông vẻ lam lũ. Áo lính ngụy bạc màu, quần đùi nhàu nhĩ, chiếc mũ tai bèo bẩn thỉu. Người đàn ông có vẻ già trước tuổi, má hóp, da đen, hai cánh tay gân guốc. Cô y tá hất hàm về phía Thuận,

"Anh chở người này về địa chỉ…"

"Dạ."

Người đàn ông nhanh nhẹn bước tới bế Thuận ra cửa. Cô y tá nói với,

"Ông đạp chậm thôi, anh ta có thể rơi xuống đường đấy."

Người phu xe trả lời,

"Tôi biết."

Và đạp xe ra khỏi cổng. Thuận nhắm mắt ngả đầu vào tựa ghế. Âu lo chiếm trọn đầu óc. Phải thế nào đây?

Chiếc xích lô dừng trước cửa địa chỉ nhà Thuận. Nhưng lạ quá. Ngôi nhà quá quen thuộc từ lúc Thuận mới chào đời đến nay bỗng lạ lẫm. Mặt tiền bị phá bỏ, thay vì hai cánh cửa gỗ vào nhà, nay được thay bằng cửa sắt mở rộng. Phòng khách biến thành nơi trưng bày đủ loại thực phẩm gia dụng, gạo, khoai, sắn, cá khô, thịt bò, heo, gà, nước mắm, xì dầu, đường, rau, củ, quả. Bên ngoài, trên cao, một bảng hiệu màu đỏ, chữ vàng chiếm trọn bề ngang căn nhà, CỬA HÀNG BÁCH HÓA.

Người phu xích lô nói,

"Đến rồi."

Thuận chưa biết phải làm gì thì bà hàng xóm bên cạnh vừa đi chợ về nhìn thấy Thuận, bà ta thảng thốt,

"Chết thật, sao thế này?"

Thuận thuật nhanh mọi sự cố rồi nhìn người hàng xóm,

giọng buồn,

"Nhà tôi bị trưng thu, phải làm sao."

Bà ta bảo người đàn ông bế Thuận vào nhà, trả tiền cuốc xe rồi gọi chồng ra. Nghe xong câu chuyện ông chồng trấn an Thuận,

"Không sao, tạm thời cậu ở đây, từ từ rồi tính."

Vợ chồng này lúc trước chịu ơn gia đình Thuận, ông bà ta có một cậu con trai đã ra trường Đại học Văn khoa, nhưng tìm chưa ra việc, Ba của Thuận đưa cậu ta vào làm ở tòa Đại sứ Mỹ, chân thư ký, nhờ cậu ta giao tiếp được bằng Anh ngữ. Công việc ổn định, lương cao, nhờ thế cưới được vợ (người yêu đã nhiều năm nhưng chưa thể lấy nhau vì cả hai đều nghèo), mua nhà riêng. Cậu ấy gồm vợ và đứa con trai lên ba đã di tản cùng thời điểm gia đình Thuận.

Ông hàng xóm dùng hai miếng gỗ khoan ba lỗ xỏ hai quai vải (như dép Nhật) cho Thuận di chuyển. Ban đầu chưa quen nhưng Thuận nhanh chóng thích nghi, hai tay tròng vào quai, Thuận ném mình về phía trước lẹ làng, gọn nhẹ. Nhờ vậy, có thể một mình đi vệ sinh, tắm rửa, không cần người phụ giúp.

Hơn tháng nay ăn nhờ ở đậu, Thuận áy náy lắm nhưng không biết phải thoát ra bằng cách nào. Vợ chồng chủ nhà hiểu được băn khoăn của Thuận. Họ muốn giúp anh giải quyết lấn cấn, đồng thời cũng là cách khỏi cưu mang thêm một miệng ăn trong hoàn cảnh người khôn của khó hiện tại, nên đã cho Thuận vay một số tiền nhỏ, làm vốn đổi vé số bán lấy lời nuôi thân. Hàng ngày, với túi vải quàng vai, Thuận "đi" kiếm ăn khắp nơi, tiền lời trích một phần trả nợ, phần còn lại cơm hàng cháo chợ đắp đổi qua ngày.

Một hôm ông hàng xóm mang về chiếc xe lăn đã cũ nhưng còn khá tốt. Ông ta vui vẻ kể, đi chợ trời thấy cái xe, hỏi, người đàn bà chủ nhân nói của ông chồng bị tai nạn giao thông bốn năm trước phải ngồi xe lăn, ông ấy vừa mất. Người đàn bà trông bề ngoài khá sáng sủa, phong cách chững chạc, chứng tỏ trước đây không thuộc thành phần lao động chân tay, ông hàng xóm đoán, có lẽ giáo viên hay công chức văn phòng. Bà ta nói,

"Tôi không quen bán buôn, lẽ ra nên biếu lại người nào cần, nhưng nhà túng thiếu quá, anh muốn thì đưa tôi ít tiền, bao nhiêu cũng được."

Ông hàng xóm trao cho bà ta một số hiện kim nhỏ.

Thuận mừng quá, cảm ơn luôn miệng. Với chiếc xe lăn, Thuận đi xa hơn, bán được nhiều hơn, đời sống dễ chịu hơn.

Nắng đã nhạt. Gió nhẹ. Bầu khí không còn oi bức như buổi trưa. Đoạn này đối diện khu quân sự nên vỉa hè chưa bị lấn chiếm. Chiếc xe lăn thoải mái tiến chậm về hướng nhà. Ba cọc vé số đã bán hết, khỏi mất công đến đại lý trả lại. Tiết kiệm được khối thời gian, cũng có nghĩa còn sớm. Thuận bỗng thèm ly cà phê đá nên ghé vào quán quen trên đường về. Quán nằm thụt sâu nếu lấy lề đường làm mốc, một bên dựa tường rào khuôn viên ngôi biệt thợ bề thế, một bên áp sát con kiệt rộng tráng *ciment*. Thuận đẩy xe đến chỗ ngồi sát cửa. Quán vắng, khuất sau chậu thiết mộc lan xum xuê lá là một cặp tình nhân đang chụm đầu thủ thỉ, vẻ âu yếm. Hình ảnh gợi nhớ Nhã Phương, nhớ những lần bên nhau, hẳn trong mắt nhìn người ngoại cuộc, cảm tưởng có lẽ không khác Thuận bây giờ. Thuận mỉm cười cảm thông. Bà chủ quán đến bên, cười vui vẻ,

"Hôm nay về sớm!"

"Vâng."

"Uống gì nào?"

"Cho tôi cái đen đá."

Bà chủ quán nhìn miếng sân con đã rợp bóng râm,

"Mát rồi, mùa này buổi trưa nắng chảy mỡ."

Thuận xoay mặt phóng tầm mắt dọc con lộ rộng. Chỗ ngã tư, phía trái bùng binh, là rạp chiếu bóng, vắng khách, không tấp nập như xưa. Tấm *pano* giới thiệu cuốn phim đang chiếu chiếm trọn chiều ngang của rạp được một tay họa sĩ nào đó tay nghề còn non, vẽ, đường nét vụng về, màu sắc lòe loẹt.

Rất hiếm khi Thuận nhìn thấy sự yên bình thế này trong cái thành phố đã quá thân quen.

Thời gian trước đây, Thuận còn khoác bộ quân phục, bảnh bao, hào hùng với chiếc mũ đỏ đội lệch trên đầu, với ba mai vàng nhuộm đen của lính tác chiến, mỗi lần về phép, Thuận thường đưa Nhã Phương đi khắp nơi trong địa bàn này. Nhiều lần chui vào những quán nhỏ nằm sâu trong các con kiệt, qua năm bảy "xuyệc" để tìm những món ăn bình dân nhưng cực kỳ ngon. Thuận yêu từng góc phố, từng con đường, từng ngõ hẻm, từng con "xuyệc". Đông đúc, tạp nham, nhưng vẫn ăm ắp sức sống, ngồn ngộn hấp lực. Đó là bản chất của người phương Nam, dưới bề mặt nhếch nhác luôn ẩn chứa cái kiên cường của những hảo hán đầu đội trời chân đạp đất hiên ngang dấn thân mở đất.

Uống nốt ly cà phê đá, Thuận gọi tính tiền, ra khỏi quán.

Thuận lăn xe chậm trên hè. Hình ảnh Nhã Phương vẫn trong đầu, đôi mắt sáng, vành môi mọng, hai má căng mịn phớt hồng, mái tóc xõa dài trên đôi vai, đổ xuống khuôn ngực vểnh cao hai đỉnh nhọn, và cánh tay vươn dài vờn múa những đường cọ tài hoa, và tiếng cười trẻ trung, và bao ấp ủ, hoài vọng. Sẽ có không một ngày nào Thuận gặp lại Nhã Phương, nối lại quan hệ, thực hiện mơ ước một thời của cả hai: nên duyên vợ chồng? Mơ ước tất nhiên không thực, bởi giản dị, bây giờ Thuận đã là phế nhân. Mải suy nghĩ vẩn vơ Thuận không để ý một nắp cống mở nắp, để lộ hố cống rộng. Chiếc xe lăn rơi xuống, Thuận ngã nhào, rơi vào dòng nước đen bên dưới. Do phản xạ ngoài dự tính, Thuận vung tay níu chặt bậc thang bằng sắt bắt từ trên thòng sát mặt nước. Thiếu phụ bán bong bóng đẩy chiếc ba gác nhỏ với chùm bóng đủ màu bay nghiêng trong gió đi sau Thuận không xa nhìn thấy, chị chạy nhanh lại. Bên dưới Thuận đang lóp ngóp, chị vội tri hô. Người đi đường tụ lại. Có người hỏi vọng xuống,

"Có sao không?"

Thuận đưa tay vuốt mặt, mùi hôi thối muốn ói,

"Không sao."

"Vậy lên đi."

Thuận ngập ngừng,

"Không lên được vì… vì… tôi què…, ngồi xe lăn."

Mọi người xôn xao bàn tán. Một phu xích lô chạc trung niên leo xuống, đưa tay cho Thuận,

"Anh nắm chặt tay tôi."

Thuận và chiếc xe lăn lần lượt được kéo lên. Khi đã yên vị, thiếu phụ nhìn Thuận ướt nhẹp, rũ rượi, bèo nhèo, động lòng trắc ẩn, hỏi,

"Anh ở đâu tôi đưa về?"

"Gần đây, tôi tự đi được."

"Chắc chứ?"

"Cô yên tâm, cảm ơn nhiều lắm."

"Thế thì về nhanh đi để tắm rửa thay đồ."

Thiếu phụ dợm đi, Thuận nói,

"Một lần nữa, cảm ơn cô."

Thiếu phụ cười vui vẻ,

"Không có chi."

Thuận vội hỏi với,

"Làm sao tôi gặp cô?"

"Có duyên, sẽ gặp."

Thuận nhìn theo, thiếu phụ. Dáng ốm, một tay đẩy chiếc ba gác, một tay vòng kiềng vung vẩy. Thiếu phụ cũng tật nguyền như mình, Thuận nghĩ.

Bẵng đi mươi ngày, Thuận gặp lại thiếu phụ trong khuôn viên hồ CR. Thuận nhìn thiếu phụ, cười vui,

"Chúng ta có duyên rồi."

Huệ cũng cười không trả lời. Buổi chiều, nắng hanh hao trên những đỉnh cây cổ thụ dọc vỉa hè lao xao gió. Thuận hỏi,

"Cô thường ăn trưa ở đâu?"

"Tiện đâu ăn đó."

Họ nhanh chóng trở thành cặp đôi tâm đắc. Từ lúc quen thân, họ vẫn thường dùng bữa ở sạp cơm bình dân đối diện công viên Hồ CR, nơi này trở thành điểm hẹn mỗi buổi trưa, chiều. Sau ba tháng trò chuyện, tìm hiểu, Thuận mở lời,

"Nếu em không chê anh què cụt, anh nghĩ mình nên kết hợp để nương nhau mà sống."

"Anh đang ở với người thân mà."

"Họ chỉ là ân nhân. Anh không biết đi đâu nên vẫn ở nhà họ, nhưng thâm tâm rất áy náy."

"Vậy thì… đến ở với em…"

Thuận nói như reo,

"Ồ, tuyệt quá."

"Nhưng chỗ em chỉ là một túp lều, sợ anh kham không nổi."

"Khéo lo! Còn gì khổ hơn trại cải tạo?"

Thuận trình bày với vợ chồng ông hàng xóm ý định về sống với Huệ. Ông hàng xóm hỏi,

"Ổn chứ?'

"Chú khỏi lo, chắc chắn sướng hơn thời gian đi học tập."

"Thôi thì tùy chú, tôi tôn trọng quyết định của chú."

Thuận thu xếp hành trang. Chẳng có gì, vài bộ quần áo, những vật dụng vệ sinh cá nhân, tất cả không đầy túi xách nhỏ. Thuận chào vợ chồng ông hàng xóm,

"Cảm ơn thời gian qua chú thím đã giúp đỡ. Cháu đi."

Người chồng ân cần,

"Nếu không ổn, cậu cứ trở lại, chúng tôi sẵn sàng."

"Vâng, nhưng chắc không còn cơ hội làm phiền chú thím."

Huệ, tên thiếu phụ, đứng chờ Thuận đầu ngã tư.

Cao Bá Minh

II: VẾT DẰM

Phùng thức giấc gần mười giờ sáng. Đầu nặng, miệng khô đắng, chân tay rã rời. Bên cạnh, Loan vẫn đang ngon giấc. Khỏa thân, một chân gác trên người Phùng, vô số những chân lông mới nhú lấm chấm đen khắp gò tình cạo. Ánh sáng tràn qua cửa sổ phủ trên khuôn ngực Loan nổi rõ những mụn thịt nhỏ chung quanh núm vú sẫm màu. Phùng ngồi dậy, bỏ chân xuống sàn, hơi lạnh từ nền gạch tiếp xúc với gan bàn chân tạo cảm giác dễ chịu. Ngoài lộ tiếng ồn dội vào phòng không ngừng nghỉ. Tiếng động cơ các loại xe, tiếng người, và nhiều thứ tiếng khác không thể định danh hòa quyện tạo ra nhịp sinh hoạt sinh động của thành phố. Phùng đứng dậy, trần truồng, đi vào buồng tắm. Đứng chống tay trên bồn rửa mặt, nghĩ đến bao tháng ngày ngụp lặn trong dục lạc, những cuộc rượu, những truy hoan vô độ; nghĩ đến những lúc như bây giờ, ra khỏi cơn say, chán chê, ngán ngẩm, thấy mọi cái quả là "chả ra cái đếch gì", như lời một ông bạn vong niên thường phán, sau nụ cười mỉm khinh bạc!

Phùng bước vào bồn tắm mở khóa, nước phun xuống, mát lạnh, Phùng ngửa mặt, nhắm mắt. Hơn mười phút thỏa thuê với trận mưa từ vòi sen, cơn mỏi rã dần tan.

Phùng lau mình ra khỏi buồng tắm, đến đứng cạnh giường, nhìn Loan mải mê với giấc ngủ, nhìn mái tóc dài chảy tràn mặt gối, nhìn khuôn mặt bầu, nhìn sống mũi cao, nhìn đôi môi dày, nhìn hai gò ngực phập phồng thật nhẹ theo hơi thở, nhìn khoang bụng thon… , Phùng đưa tay lay nhẹ vai Loan,

"Dậy cưng, sáng bạch rồi."

Loan xoay mình gần như nằm sấp, giọng nhựa,

"Cho em ngủ thêm một chút."

"Ngủ gì nữa, mười giờ rồi đấy."

Loan vùi mặt vào gối, vẫn giọng nhựa,

"Cả đêm anh quần quật, ngủ nghê bao nhiêu."

"Vậy em tiếp tục ngủ nhé, anh đi ăn phở đây, đói quá."

Loan xoay mình ngồi bật dậy,

"Anh này!"

Phùng cười thành tiếng,

"Haha, sao không ngủ tiếp?"

Đợi Loan tắm, trang điểm xong, Phùng hỏi,

"Đi được chưa?"

Loan không trả lời, quàng tay vào tay Phùng vẻ sẵn sàng. Cả hai rời phòng xuống quầy tiếp tân trả chìa khóa, ra xe. Nắng đã lên cao nhưng chưa nóng lắm. Chiếc xe chạy êm, Loan ngả người vào nệm ghế, bấm cửa kính xuống lưng chừng, gió tạt tung bay mái tóc, vướng vào cổ, vào má. Phùng chạy xuống PN, dừng xe trước quán phở quen. Quán tuy nhỏ nhưng rất nổi tiếng. Phùng cho xe sát lề, tắt máy. Hai người chọn chỗ ngồi nhìn ra miếng sân con bên hông, cách con hẻm lớn bằng một hàng rào với những song sắt cắm đều khoảng trên thành ciment thấp. Góc sân có cây cổ thụ tàng rộng phủ bóng mát lên một phần mái nhà. Từ nhánh lớn trên cao thòng xuống hai sợi thừng to, xuyên qua hai lỗ của miếng gỗ dày, thắt nút. Chiếc xích đu có vẻ như để làm cảnh, chưa bao giờ Phùng thấy có người sử dụng.

Khi đã yên vị, Phùng hỏi,

"Vẫn như cũ chứ?"

"Dạ."

Gã phục vụ đặt hai tô tái nạm gầu trước mặt hai người.

Mùi hồi, đặc trưng của phở, làm vị giác bị kích thích mạnh, Phùng hỏi,

"Em muốn thêm quả trứng cho lại sức?"

Loan cười,

"Không, em đâu mất sức."

Phùng gọi người phục vụ đập quả trứng gà vào chén nước béo hành trần gọi thêm. Loan chưa tắt nụ cười,

"Hùng hục suốt đêm, một quả ăn thua gì!"

Phùng mỉm cười, không trả lời. Tô phở, thêm quả trứng giúp Phùng tỉnh hẳn. Nhìn ra, nắng đã rải kín mảnh vườn nhỏ, nắng nhuộm sáng tàng lá rộng và rậm. Tiếng chim ríu rít vui tai, Phùng hỏi,

"Em muốn đi đâu nữa?"

Loan tìm thỏi son trong bóp tô lại vành môi,

"Cho em về ngủ một giấc, chiều anh đến đón em, mình đi ăn rồi vào vũ trường, nhót."

"Nghĩa là giờ đến chiều anh solo?"

Loan cười, đưa tay bóp bóp bàn tay Phùng trên bàn,

"Cưng cũng về ngủ đi, dưỡng sức tối còn chiến đấu."

Phùng đưa Loan về đến nhà, đợi Loan mở cửa, vào, đưa tay lên môi hôn gió, Phùng cũng đáp trả bằng động thái tương tự. Cánh cửa khép, Phùng nhấn chân gas, chiếc xe phóng nhanh. Đi đâu bây giờ? Phùng tự hỏi. Về ngủ? Đã sắp đứng bóng, Phùng chạy lang thang vô định, không muốn về nhà. Lại gặp mẹ, lại la mắng chì chiết, lại bổn cũ soạn lại. Mẹ,

"Cứ ăn chơi trác táng mãi."

"Con đã học xong rồi mà."

Mẹ vặn hỏi

"Sao chưa chịu đi làm?"

"Cho con một thời gian nữa."

"Mày lần lữa đến bao giờ?"

Mẹ muốn Phùng thay bố quản lý công ty. Cơ sở này do ông tạo dựng. Ngót mười tám năm, từ lúc còn trứng nước một mình một ngựa, nay đã bề thế với vài chục nhân viên. Bao nhiêu tâm huyết. Ông xem công ty như một phần thân thể, mong Phùng nối nghiệp, phát huy, ông hy vọng Phùng sẽ yêu cơ ngơi này như ông đã yêu. Chẳng phải Phùng không hiểu mong ước của bố, nhưng Phùng cảm thấy thiếu hứng thú, thâm tâm Phùng mơ hồ muốn trở thành một nhà văn. Phùng yêu văn chương, tâm hồn Phùng lãng mạng, không thích ứng với công việc tính toán lời lỗ. Nhưng ước muốn chưa đủ mãnh liệt để khiến Phùng buông bỏ tất cả hầu sống với. Rốt cục lại trà đình tửu quán, lại nhầy nhụa xác thịt, để rồi lại ê chề, mỏi mệt. Phùng rất muốn thoát ra, nhưng chưa đủ nghị lực để vượt cám dỗ.

Phùng nhấn gas, chiếc xe chồm lên, tăng tốc, phố xá buổi trưa vẫn đông, bộ hành trên vỉa hè, xe hai bánh, bốn bánh chen chúc dưới lòng đường, Phùng phân vân chưa biết đi đâu. Chợt nhớ một ông bạn vong niên quen đã lâu, là một nhà văn cấp tiến, có khuynh hướng chống đối chiến tranh. Ông ta nhiều lần mời Phùng đến nhà chơi song Phùng chưa đến vì không thấy hào hứng. Đúng hơn, bao lâu nay Phùng mãi sa đà vào những thú vui, nào dư thì giờ nghĩ đến ông bạn lớn tuổi, cái ông bạn xét mọi phương diện đều chẳng mảy may giống Phùng. Lúc nào ông ta cũng tỏ vẻ nghiêm trọng, nói năng thì chừng mực, rào trước đón sau, cân nhắc từng chữ, từng câu. Nhưng hôm nay Phùng chẳng biết làm gì cho hết buổi chiều, hay là thử đến ông ta một lần xem sao. Theo chỉ dẫn, Phùng đậu xe ngoài lộ lớn, đi bộ vào con hẻm sâu, không đủ rộng dể xe hơi có thể di chuyển.

*

Dừng xe trước căn nhà có cổng sắt sơn xanh dưới dàn hoa giấy đỏ rực, Phùng đọc số nhà trên miếng tôn đóng ngoài trụ cổng. Đúng rồi. Phùng xuống xe, bấm chuông. Người bạn vong niên mở cửa nhìn ra, cặp kính lão trễ xuống sống mũi, ông ta reo lên,

"Dữ thần hôn, hôm nay mới thấy cậu."

"Định đến anh nhiều lần nhưng bận quá."

"Đến được là quý rồi. Vào đây."

Ông bạn vong niên mở rộng cách cửa, đưa tay mời, Phùng bước vào, mắt chạm ngay kệ sách lớn, chiếm trọn vách tường trước mặt, dễ chừng năm bảy trăm cuốn, ngay hàng thẳng lối, san sát, kín các dãy kệ từ nền lên đến trần. Góc nhà là chồng nhật báo ngất ngưởng, và cạnh bàn viết, chất cao tạp chí văn chương mà không người trẻ nào không biết, đó là diễn đàn chữ nghĩa của các nhà văn đã thành danh, đồng thời cũng là nơi góp mặt của các cây bút trẻ, với những sáng tác mới lạ, táo bạo. Phùng cũng từng gửi thơ, tạp bút, đoản văn đến tờ tạp chí này và thỉnh thoảng được chọn đăng.

Ông bạn kéo ghế mời Phùng ngồi và hỏi,

"Uống gì nào?"

"Anh cho xin ly nước."

"Nước có cồn, được không?"

"Vâng."

Ông ta đến góc nhà mở tủ lạnh lấy chai bia 33 đưa Phùng,

"Uống đi, cho mát."

Phùng uống một hơi hết nửa chai, chất men ngọt lạnh làm Phùng phấn chấn,

"Trời nóng, bia lạnh, nhất."

"Cứ thả ga, tôi mới mua một thùng hôm qua."

Ông bạn vong niên cho Phùng biết, ông ta cùng một số nhà văn nhà thơ đang chuẩn bị xuất bản một tạp chí văn nghệ, quy tụ những cây viết cấp tiến. Tạp chí mang tư tưởng đổi mới nhiều phương diện, từ văn chương, thơ ca đến nghệ thuật, hội họa, kịch nghệ, điện ảnh… . Tuy không mấy thân, nhưng qua vài lần tiếp xúc, Phùng cũng phần nào hiểu được chủ trương của ông bạn vong niên và cả nhóm. Nôm na thì nhóm này có khuynh hướng thiên tả, "đổi mới tư duy", theo nhóm này là phải dứt khoát từ bỏ hình thức văn học nghệ thuật viễn mơ, "đi trong sân mà nghĩ chuyện trên trời", xa rời thực tại, than mây khóc gió ủy mị, cao xa hũ nút, mông lung trừu tượng… . Tóm lại, văn học nghệ thuật phải đi vào cuộc đời, phải bám sát hiện thực, phải phát sinh từ hiện thực, phải từ hiện thực đi ra, và từ đó, phục vụ xã hội, trở thành mũi tiến công mãnh liệt vào cái xấu, cái ác, cái bất công, đem lại công bằng cho tất cả mọi người, và quan trọng nhất, đánh đuổi ngoại xâm, dành lại độc lập…. . Luận điểm không khác mấy phía bên kia.

Phùng muốn phản bác nhưng nghĩ sẽ vô ích thôi, nhóm này chỉ cốt dùng văn học nghệ thuật như một cứu cánh, với họ, quan trọng hơn, cốt lõi hơn, mang đầy màu sắc chính trị.

Phùng không thích chính trị, với Phùng, chính trị là trò chơi không mấy sạch sẽ của thành phần mê say quyền lực. Thành phần này luôn núp dưới những chiêu bài cao cả, vì hạnh phúc ấm no của nhân quần. Thực chất có người làm chính trị nào khi công thành danh toại không tiền hô hậu ủng, không nhà cao cửa rộng, không tiền rừng bạc bể, không vinh thân phì gia? Ngoại trừ một thiểu số rất nhỏ, còn thì hầu hết chỉ là mưu cầu, lừa gạt, đánh lận con đen. Vả lại trước sau, Phùng chỉ muốn làm một nhà văn, viết và mang đến cho đời những ước mơ, hoài vọng của mình, xuyên qua tình yêu, tình người. Nếu không thể thành nhà văn thì Phùng sẽ trở về thay ba trông coi công ty. Phùng yêu gia đình, yêu bố, yêu mẹ, Phùng thầm hứa sẽ vài tháng nữa thôi sẽ lột xác, từ bỏ trác táng, tiếp tục công việc ba đã làm, đang làm.

Ông bạn vong niên thao thao nói về tờ tạp chí sắp ra đời bằng giọng điệu hưng phấn có phần… phường tuồng! Đao to búa lớn, hăng say thái quá, một tấc đến trời! Đó là căn bệnh chung của những người, những nhóm, những tập thể khởi đầu một công việc gì đó mang ý hướng khai phá, mở đường, dấn thân.

Kết thúc màn "thuyết trình" hùng hồn, ông bạn vong niên dịu giọng, xa gần, muốn Phùng gia nhập nhóm. Theo ông ta, nhóm rất cần những người trẻ có kiến thức, như Phùng, làm nhân tố chủ lực.

Phùng tìm cớ thoái thác, nói đến ý muốn của bố mẹ, và bằng giọng vuốt ve, Phùng tán tụng, ý hướng của các anh tuyệt quá, thâm tâm rất muốn gia nhập, nhưng đã lỡ hứa với gia đình, sẽ, trong tương lai gần, thay bố quản lý công ty. Dù chẳng tha thiết gì với việc này nhưng đó là cách đáp trả công ơn sinh thành dưỡng dục mà một đứa con hiếu thảo không thể không làm.

Ông bạn vong niên có vẻ thất vọng, nhưng nhìn thái độ Phùng, ông biết sẽ không thuyết phục được. Cầm chai bia lên, ông nói,

"Tiếc, nhưng không sao, nào uống, hôm nay cậu phải say với tôi một trận."

Phùng uống thêm hai chai nữa rồi từ giả ông bạn. Trên đường về, Phùng chợt nhớ đã bỏ quên túi xách ở nhà người bạn già. Phùng định quay lại, nhưng nhìn dòng xe tấp nập, Phùng tự nhủ, cũng chẳng có gì quan trọng, lúc nào thuận tiện sẽ ghé. Về tới nhà, Phùng phóng nhanh qua gian bếp, lên lầu, vào phòng tắm, ra, thay bộ quần áo ngủ, xuống phòng ăn.

Thấy mẹ đang đứng trước chiếc nồi to trên bếp than, Phùng hỏi,

"Có gì ăn không mẹ?"

"Đợi đi, mẹ đang nấu bún bò."

Thuận nói như reo,

"Tuyệt, món độc chiêu của mẹ."

Mẹ quay nhìn Phùng,

"Đi đâu suốt đêm giờ mới về?"

"Con, con ngủ nhà người bạn."

"Thôi đi, tôi rành anh quá."

Và lại bài bản cũ, nào là đã lớn, phải tu chỉnh, phải thay ba lo cho công ty, phải nghĩ đến tương lai. Nào là phải cưới vợ, sinh con, phải gìn giữ nếp nhà… . Thuần không tìm cách chuồn như mọi lần, mà kiên nhẫn ngồi nghe trọn bài gia huấn ca. Đợi mẹ dứt lời, Phùng cười, chậm bước đến sau lưng, vòng tay ôm eo ếch mẹ,

"Bắt đầu tuần sau con sẽ đi làm."

"Thôi đi, bao nhiêu lần rồi?'

"Lần này con nói thiệt."

"Lấy gì tin anh đây?"

"Con hứa. Nhưng mẹ ơi, đói quá!"

Mẹ lườm yêu thằng con "trời đánh",

"Đợi ba về, ăn luôn."

"Cho con ăn trước đi, đói muốn xỉu."

Thực ra Phùng không muốn gặp ba. Mẹ tuy nói nhiều nhưng Thuận cảm được tấm lòng bao dung của mẹ. Ba thì khác, dĩ nhiên ông cũng thương con, nhưng sự nghiêm khắc khiến Thuận sợ, "tránh voi chẳng xấu mặt nào", tốt nhất hãy cứ tránh chạm mặt, chừng nào thực sự đi làm hẳn hay.

Mùi thơm của tô bún bò mẹ vừa làm khiến cơn đói cồn cào không sao chịu nổi, Phùng sà ngay vào bàn,

"Chưa ăn đã thấy ngon quéo lưỡi."

Mẹ mắng yêu,

"Chỉ biết ăn, chả làm nên tích sự gì!"

Tô bún bò được Phùng thanh toán nhanh chóng. Mẹ hỏi,

"Nữa không?"

"Còn thèm nhưng no quá, mẹ để phần cho con một tô, tối về con sẽ tiếp."

Mẹ có vẻ không vui,

"Đi nữa à?"

Phùng lại ôm mẹ,

"Cho con thoải mái hết tối nay, nhất định ngày mai con sẽ không đi đâu hết."

Không đợi mẹ trả lời, Phùng buông mẹ, nhảy lên thang lầu, nhanh chóng biến vào phòng. Thay đồ rồi vù ra xe để đến nhà Loan.

Ngôi nhà trong hẻm sâu, như hầu hết mọi con hẻm khác trong thành phố này, xe hơi không vào được, Phùng phải đỗ ngoài đường lộ đi bộ vào. Loan đã ngồi chờ trên sofa. Thấy Phùng, nàng đứng dậy,

"Mình đi."

Phùng hỏi,

"Bác gái đâu?"

"Bả biến từ hôm qua đến giờ chưa về."

Loan nhún vai, cười khẩy,

"Càng tốt!"

Phùng thắc mắc,

"Là thế nào?"

"Không gặp, khỏi nghe càm ràm, mệt."

Ba mẹ Loan đã chia tay từ ngày Loan mới lên năm. Mẹ không tái giá nhưng cuộc sống kể từ ngày ấy khá buông tuồng. Mẹ già nhân ngải non vợ chồng với không ít đàn ông. Xa, có khi ở thị trấn khác; gần, loanh quanh trong thành phố này. Một vài lần mẹ bị đánh ghen thừa sống thiếu chết, có bận phải nằm nhà thương cả tháng. Loan học hết cấp một, bỏ học, làm linh tinh mọi nghề, bồi bàn, tiếp viên trong các quán cà phê, rồi bia ôm. Một lần Phùng chạm mặt Loan trong quán, nhờ nhan sắc vượt trội so với đồng nghiệp, Loan trở thành nhân tình của Phùng, ăn chơi, nhảy nhót, thân xác… , chỉ thiếu hút sách, món này Phùng không ham, dù sao sự buông thả cũng trong giới hạn chừng mực, Phùng đủ tỉnh táo để chừa cho mình con đường rút. Phùng biết, rồi sẽ một lúc nào đó, mình cần trở về làm tròn bổn phận với gia đình và lo cho bản thân. Trong Phùng có hai con người, xét mặt nào đó có thể xem là đối kháng, thế mà chẳng thể chối bỏ nhau. Như hai mặt của tấm mề đay, mặt sau xem ra có vẻ "vô ích" nhưng vẫn là một phần trong tổng thể cấu thành tấm mề đay. Nói cách khác, bên cạnh ham muốn làm đầy đòi hỏi thuần vật lý, không thiếu ở Phùng sự tỉnh táo. Có lẽ đó là lý do Phùng chẳng thể đến được trọn vẹn với văn chương, đam mê của Phùng chưa đủ mạnh.

Loan theo Phùng ra xe. Thành phố đã lên đèn. Nhịp sinh hoạt đêm đã khởi động. Chiếc xe hơi chạy êm nhưng chậm qua những con đường loang loáng ánh sáng trên mặt nhựa. Xe hai bánh nhiều, inh ỏi tiếng còi mọi hướng. Loan nói,

"Em đói."

Phùng hỏi,

"Em muốn ăn gì nào?"

"Tùy anh."

"Anh mới ăn bún bò của mẹ, chưa đói, em quyết định đi."

"Anh không ăn à?"

"Có, nhưng phụ thôi, chính là em."

"Vậy, cơm tay cầm ở NH nhé?"

"Ok."

Phùng đậu xe sát lề trước nhà hàng NH.

Ăn xong, lại đến vũ trường. Khuya, cùng nhau vào khách sạn… .

Buổi sáng sau khi đưa Loan về, Phùng chạy xe vô định, thân xác rã rời, cơn mỏi mệt khiến Phùng cảm thấy ngán ngẩm mọi chuyện. Tình trạng này lặp đi lặp lại mãi bao lâu nay, đến phát ngấy. Dừng lại thôi, Phùng không ngừng tự nhủ. Phải thu hết can đảm để quyết định. Tuần sau, Phùng sẽ đi làm, phải thực hiện lời hứa với mẹ chứ. Cái gì cũng có giới hạn. Xế trưa Phùng trở về. Vừa bước qua ngưỡng cửa đã chạm mặt mẹ, bà ngồi trên sofa nhìn Phùng, giọng sẵng,

"Sao không đi luôn!"

"Xin lỗi mẹ, con hứa…"

Mẹ ngắt lời,

"Tôi không muốn nghe nữa!"

Nói xong, bà quay ngoắt đi vào phòng, mạnh tay đóng cửa.

Phùng đứng yên một lúc rồi lẳng lặng lên lầu. Hai tấm vé xem đại nhạc hội chủ nhật này, hạng danh dự, mua ba hôm trước nằm yên trên bàn, Phùng cầm lên, lật ngang lật ngửa nhìn, chặc lưỡi, phân vân vài giây rồi xé nhỏ ném vào sọt rác.

Phùng ngả người xuống giường, nhắm mắt. Để có được quyết định dứt khoát, thật không dễ. Hy vọng lần này sẽ làm được. Học một thói hư dễ quá, nhưng thực hiện một hành vi tốt, vạn nan! Bản chất con người thường có khuynh hướng nuông chiều những đòi hỏi nhằm thỏa mãn thể xác lẫn tâm hồn. Phùng nhớ không ít lần nhốt mình trong phòng, cố quên đi mọi quyến rũ, tu tỉnh, song chỉ được tối đa một tuần, lại thầm nhủ, một lần này nữa thôi, lần cuối. Thế là lại vùng dậy thay quần áo, ra xe, vù đến các chốn ăn chơi, và rồi lại rượu như suối, gái trẻ gái già nhầy nhụa xác thịt, sàn nhảy vần vũ đèn màu… . Mỗi lần như thế, tỉnh lại sau một đêm trác táng, Phùng không dám nhìn mặt mình trong gương, thấy dơ dáng dại hình như con thú chưa được thuần hóa.

Đã xế chiều. Nguyên đêm hôm qua đắm trong rượu chè và truy hoan, bây giờ mỏi mệt bắt đầu thấm, Phùng muốn trở dậy tắm, thay quần áo, nhưng mãi không ra khỏi giường nổi. Phùng chìm dần vào giấc ngủ muộn.

Phùng không ra ngoài đã ba ngày, kể cả hai ngày cuối tuần. Hôm nay chủ nhật, Phùng từ trên lầu bước chậm xuống cầu thang, trên người vẫn bộ đồ ngủ. Mẹ nhìn, ngạc nhiên,

"Lạ nhỉ, chân mày làm sao thế?"

Phùng biết mẹ hỏi kháy nhưng giả vờ ngây thơ,

"Chân con có làm sao đâu."

Mẹ chưa kịp trả lời thì ba từ phòng ngủ bước ra, giọng nghiêm,

"Ba cũng thấy lạ, chủ nhật, chưa đi à?"

"Dạ không, từ nay con tu tỉnh, mai con sẽ đi làm."

Ba nhìn Phùng hơi lâu, giọng ông dịu lại,

"Lại chuyện lạ."

Phùng kéo ghế ngồi trước mặt ba, vẻ nghiêm trang,

"Con biết ba mẹ rất thất vọng vì con, và chính con cũng thấy mình thật tệ, song lần này con sẽ cố gắng, ba giúp con."

"Giúp thế nào?"

"Mai con đi làm, ba hãy giao cho con một công việc thật phức tạp, để con không còn thì giờ suy nghĩ vớ vẩn,"

Ba hướng mặt về phía mẹ,

"Bà pha cho tôi ly cà phê."

Rồi quay lại, nhìn Phùng đăm đăm,

"Con chắc chứ?"

"Chắc ba."

*

Phùng bước qua khung cửa mở hé. Căn phòng không đủ sáng, bóng tối nhá nhem và tiếng nhạc mở lớn mang đầy màu sắc mời gọi, các bóng hồng vì thế cũng trở nên quyến rũ hơn. Hai em đang ngồi trên ghế cao cạnh quầy vội tụt xuống khi thấy Phùng vào bàn chỗ góc phòng. Họ đi nhanh đến. Một em lên tiếng,

"Bọn em ngồi được chứ?"

Phùng nhìn lên, em này có nụ cười lẳng, mái tóc dài phủ ỡm ờ trên hai gò ngực thả rông nhún nhảy chực chồm ra ngoài cổ áo *pull* rộng. Phùng đưa tay nâng một bầu vú,

"Hết sẩy."

Chẳng những không tránh bàn tay nhám nhúa, em còn chồm người cạ cạ núm nổi cộm sau lớp vải thun vào má Phùng. Mùi nước hoa thoang thoảng trộn lẫn mùi mồ hôi tạo cảm giác kích thích, Phùng nham nhở,

"Đừng chọc, nó mà ngóc lên đòi quyền sống thì phiền."

Em cười rinh rích, vuốt ve bên ngoài quần của Phùng, nham nhở không kém,

"Phiền gì, đây sẵn sàng đáp ứng."

Em kia tóc ngắn, môi dày, hai răng cửa lớn hơn bình thường, nhược điểm này lại tạo cho em nét duyên dáng và quyến rũ. Ngực em không lớn nhưng bù lại em có vòng ba màu mỡ, đổ xuống đôi chân dài thon thả dưới chiếc váy ngắn. Lợi dụng ưu điểm, em luôn dạng rộng chân, vùng tam giác cũng thả rông ẩn hiện nửa kín nửa hở.

Cả hai không đợi Phùng bằng lòng, đã kéo ghế ngồi, váy tụt lên cao. Đã quen và rành quá cung cách mồi chài của các em, Phùng mỉm cười, nhưng không cảm thấy ham muốn. Mục đích của Phùng hôm nay không phải để tìm cảm giác, mà chỉ cốt gặp Loan, tình nhân một thời. Tuy quan hệ giữa hai người chỉ thuần xác thịt, nhưng dù sao không tình cũng nghĩa, ba tháng rồi Phùng không đến nơi này, chẳng biết Loan giờ thế nào, Phùng muốn giúp Loan một ít tiền.

Hai em đòi uống bia, Phùng vui vẻ chiều. Phùng chẳng lạ gì nguyên tắc làm ăn của nơi này, các em không có lương nhưng lại được chia huê hồng trên số bia do các em mời và uống với khách. Càng uống nhiều thì thu nhập càng cao. Nhiều em mới vào nghề tửu lượng không khá, muốn "đông" bạc phải tận tình trổ tài mồi chài, để được các con mồi đưa vào nhà ngủ bày cuộc cờ người. Nhiều em khác, như Loan chẳng hạn, lựa một kép bảnh làm của riêng, khỏi mất công chạy *show*, hao tổn năng lượng.

Phùng nâng ly,

"Nào, cạn nhé."

Cả ba uống đến chai thứ tư, hai em có vẻ say, em tóc dài ngã vào lòng Phùng,

"Ôm em đi."

Phùng đẩy nhẹ em ra,

"Nghe anh hỏi đã"

Em đu người, hôn lên môi Phùng,

"Hỏi đi chồng yêu."

Phùng nhìn quanh,

"Loan đâu không thấy?"

Em tóc ngắn nhanh nhảu,

"Anh biết Loan?"

"Hai em chắc lính mới, trước đây anh là khách quen của quán."

"Nó nghỉ làm, lấy chồng theo ra CL rồi."

Phùng thốt kêu,

"Ồ! Thế à."

Nhận thấy không còn lý do tiếp tục, Phùng uống thêm một chai nữa rồi đứng lên,

"Tiếc quá, anh phải về."

"Mới chín rưỡi, sao về sớm vậy?"

"Anh phải chuẩn bị hành lý, mai đi công tác xa."

Em tóc dài hỏi,

"Anh có trở lại không?"

Phùng cười, hứa cuội,

"Nhất định rồi, chưa cùng em mà."

Típ cho mỗi em một số tiền kha khá rồi ra xe, trên đường về, Phùng nghĩ đến Loan, thế cũng tốt, Loan lấy chồng, mong em hạnh phúc.

Ba tháng nay, từ lúc đi làm, Phùng bỏ hẳn những thú vui cũ. Thời gian đầu không tránh khỏi nhớ tưởng, nhưng dần cũng phai nhạt, vả lại trách nhiệm nặng nề đã cuốn Phùng vào guồng quay, không còn thời gian cho chuyện gì khác. Đến một lúc, Phùng chợt nhận ra những công việc một thời bị dị ứng, tưởng không thể thích nghi, bỗng có hấp lực khó cưỡng. Phùng cũng nhận ra văn chương chữ nghĩa tuy vẫn là món ăn tinh thần hấp dẫn, song để sống chết, ăn nằm với nó như ngày xưa Phùng vẫn nghĩ, bây giờ hoàn toàn không còn nữa trong đầu Phùng.

Nghĩ đến văn chương, Phùng chợt nhớ tới ông bạn vong

niên và tờ báo mà ông và các đồng nghiệp chủ trương. Tuy chưa đọc vì không có thì giờ, nhưng Phùng nghe đồn tờ báo gây tiếng vang lớn, nhất là trong giới sinh viên học sinh. Tình hình chiến sự biến chuyển từng ngày, hiệp định Paris đã kết thúc nhưng mọi mặt trận vẫn nồng mùi thuốc súng, thương vong của cả hai phía vẫn chất chồng. Tờ báo nguyền rủa chiến tranh, kêu gào hòa bình, thực hiện hòa giải, lên án mọi thế lực ngoại bang, Nga, Tàu lẫn Mỹ. Tuổi trẻ hoang mang, dao động, chiến tranh còn kéo dài, tương lai của họ tất nhiên mờ mịt, không lối thoát. Tờ báo được chiếu cố vì đã đáp ứng nhu cầu và mong mỏi của giới này. Tuy là con một, Phùng nằm trong diện hoãn dịch vì lý do gia cảnh, nhưng cũng đồng cảm với lớp người cùng trang lứa, dù trong sâu thẳm tâm hồn Phùng không mấy thích khuynh hướng của nhóm chủ trương tờ báo. Đối với Phùng, tả hay hữu đều là nguyên nhân dẫn đến chia rẽ, chắc chắn sẽ ảnh hưởng tai hại đến vận mệnh dân tộc.

Phùng ghé thăm ông bạn già. Ông reo lên mừng rỡ khi nhìn thấy Phùng,

"Mấy tháng nhỉ không gặp cậu?"

"Tôi đã đi làm, chẳng có thì giờ đến thăm anh."

"Ổn chứ."

"Vâng, ổn."

Ông bạn già hỏi,

"Còn viết không?"

"Đầu tắt mặt tối với công việc, còn thì giờ đâu đầu tư cho chữ nữa!"

"Phải cố gắng duy trì thói quen viết, văn ôn võ luyện, lơ là với sáng tác dễ dàng rơi vào bế tắc khi muốn viết."

Phùng bỗng nói một thôi một hồi, có vẻ như như người bạn già chỉ là cái cớ để Phùng tự bạch những suy nghĩ bao lâu nay ứ trong đầu,

"Từ ngày theo ba làm kinh doanh, dần dần tôi bị cuốn vào lĩnh vực này và phát hiện ra nó có nhiều hấp lực không ngờ, khiến đam mê lớn của tôi là văn chương trở thành thứ yếu. Tôi vẫn yêu nó, vẫn không bỏ được thói quen đọc, nhưng thôi không sáng tác nữa. Tôi vẫn bảo lưu quan niệm, sáng tác chỉ hay và giá trị khi bắt nguồn từ đam mê, không có nguồn xúc tác này, tác phẩm sẽ nhạt nhẽo, nông cạn, thiếu trọng lượng. Để làm gì những sáng tác ấy? Vô bổ, tốn thời gian viết, đọc."

Ông bạn vong niên chuyển hướng, nói nhiều về tờ báo một cách hứng khởi. Ông tự tán tụng thành công ngoài mong đợi, ông xác quyết nhóm chủ trương đã đi đúng hướng, tờ báo là diễn đàn, là đại diện, là kim chỉ nam cho giới trẻ trong giai đoạn này. Phùng nghĩ, ông bạn già này ngẫm cho cùng cũng đáng thương, ông ấy và những người cùng hội cùng thuyền, khá đông, sống bằng, sống trong ảo tưởng. Xã hội ngoài kia chuyển dịch từng phút, từng giờ, vận mệnh dân tộc đổi thay, nếu có, nào phải do tờ báo nhỏ nhoi kia?! Nhưng thôi, Phùng chẳng buồn đôi co, hãy cứ để ông ta tự sướng, ít nhất cũng được vài năm, hay lạc quan hơn, mươi năm nữa, rồi cái chết sẽ nhận chìm tất cả vào hư vô, và dòng đời vẫn trôi, đổi thay vẫn đến, đi… . Thịnh suy của một dân tộc nào chỉ xảy ra trong vòng thời gian hữu hạn, mười năm, trăm năm, thậm chí nghìn năm? Một đời người quá đỗi ngắn, ngắn đến vô nghĩa trong biến dịch tồn vong!

Phùng ở chơi với ông bạn già một lúc rồi từ giã, không quên lấy cái túi xách bỏ quên. Đêm đã sâu, ngày mai còn bao nhiêu việc phải làm.

Ba chuyển dần trọng trách điều hành công ty cho Phùng, những tháng đầu vất vả rồi cũng qua, Phùng không còn lạ với công việc.

Tình hình ngày càng xáo động. Hiệp định Paris ký kết, trên nguyên tắc chiến tranh đã chấm dứt, nhưng súng vẫn nổ, người vẫn chết, ruộng vườn nhà cửa vẫn tan hoang. Tuy vậy, sinh hoạt ở thành phố vẫn bình thường, thậm chí có vẻ yên bình hơn trước, không còn những trái pháo bất ngờ rơi xuống. Ba gần như về hưu, để đổi mới, Phùng tìm một công ty thiết kế và xây dựng, xây mới lại tòa nhà công ty cho hiện đại, tầm vóc hơn. Xem bản vẽ phối cảnh, Phùng tỏ ý hài lòng,

"Rất tốt, cần gì anh cho tôi hay."

Người đại diện nói,

"Tôi cần sáu bức tranh cho hai nơi chính, phòng giám đốc và phòng quản lý."

"Ok."

"Có một nữ họa sĩ tranh nhẹ nhàng, tươi mát, rất phù hợp với thiết kế này. Tôi sẽ liên lạc, mời cô ấy mang catalog đến anh xem."

"Thế thì hay quá."

Anh ta bấm điện thoại nói chuyện với họa sĩ, cô hẹn hai giờ chiều sẽ đến.

Đúng giờ, Nhã Phương xuất hiện, Phùng ngước nhìn, người con gái dong dỏng cao, mái tóc dài phủ hai vai, mắt ướt, môi hồng, tay ôm cặp, bước đến trước mặt Phùng đưa tay,

"Chào ông."

Phùng như bị thôi miên, anh nhìn sững người con gái, lần đầu tiên trong đời Phùng cảm thấy lúng túng. Gã con trai dạn dày, một loại playboy, vậy mà không hiểu sao bỗng mất tự nhiên, trở nên vụng về, Phùng bắt tay Nhã Phương, ấp úng,

"Mời... , mời cô ngồi."

Nhã Phương đặt chiếc cặp lên bàn, nhẹ nhàng ngồi xuống chiếc ghế da, lên tiếng,

"Anh Luân bảo tôi mang catalog tranh đến cho ông chọn."

Rồi nhanh nhẹn mở cặp lôi tập tranh khổ lớn đưa cho Phùng,

"Mong anh không thất vọng."

Phùng nhận, lật xem, nhưng chẳng còn tâm trí đâu để thưởng thức, khen, chê, chọn lựa, hình ảnh cô gái trước mặt chiếm trọn đầu óc. Có phải Phùng đang bị "tiếng sét", như từng nghe về nó?

Nhã Phương hỏi,

"Anh thấy thế nào?"

Phùng lúng túng,

"À, đẹp lắm… , bức nào tôi cũng thích… , chẳng biết nên chọn bức nào… , hay cô chọn hộ tôi sáu bức… ."

Nhã Phương nhìn màu tường, bàn ghế, không gian chung rồi chọn cho Phùng bốn tác phẩm phù hợp,

"Mời anh đến nhà xem nguyên bản nếu muốn, bằng không tiện, tôi sẽ mang tới."

Phùng vội vã,

"Tôi sẽ đến."

Phùng nói thêm, chiều nay, sau giờ tan tầm sẽ ghé, Nhã Phương đưa *bussinescard* cho Phùng, ngồi thêm một lát rồi chào ra về.

Nhìn Nhã Phương bước ra khỏi cửa, lưng thẳng, vai ngang, cặp mông tròn, đôi chân dài, hai cánh tay thuôn, dáng đi khoan thai trên gót giày cao, Phùng lại nghe bồi hồi. Bao năm nay, hàng chục bóng hồng đã đến và đi, nhanh, năm bảy tuần, chậm, trên dưới một năm, nhưng tất cả không để lại dấu ấn sâu đậm, thỉnh thoảng có nhớ cũng chỉ nhàn nhạt, chẳng tạo nổi rung động nhỏ. Đôi lúc Phùng nghĩ, có lẽ tại một thời gian dài rong chơi trà đình tửu quán, gái trai nhăng nhít, đã làm tê liệt cảm xúc, không bao giờ nữa còn chao đảo trước một nhan sắc. Thế mà thực không ngờ, người con gái vừa rồi, xét khách quan, nhan sắc không lấy gì vượt trội so với những người Phùng từng quan hệ, vậy mà không hiểu sao lại tác động mạnh vào tâm hồn, khiến Phùng lao đao, linh cảm người này rồi sẽ chi phối phần đời còn lại của Phùng kể từ bây giờ.

Tan sở, Phùng lên xe phóng đến nhà Nhã Phương theo địa chỉ đã cho. Phùng vừa cho xe vào sân, đã thấy Nhã Phương đứng chờ sẵn trên bậc thềm, tươi cười,

"Từ sở anh đến thẳng đây?'

"Vâng."

Nhã Phương bước xuống sân,

"Mời anh."

Và nhanh nhẹn đi trước về hướng studio ở cuối vườn, Phùng bước vội theo sau.

Vừa qua khỏi khung cửa, Phùng đưa mắt nhìn, kín cả bốn vách ván, từ sàn đến trần, tranh treo sát nhau, đủ kích cỡ. Phùng nói như reo,

"Thích quá!"

Rồi tiếp ngay,

"Trước kia, khi chưa thế ba tôi trông coi công ty, tôi nuôi mộng trở thành nhà văn. Tôi yêu văn chương, và tất nhiên cũng yêu hội họa, dù không biết vẽ. Nhìn các họa sĩ đứng trước giá vẽ với cây cọ và bảng pha màu trên tay, tôi mê mệt, hình ảnh thật đẹp."

Nhã Phương nói,

"Cũng lạ!"

Phùng quay sang nhìn nàng, vẻ thắc mắc,

"Lạ?"

"Thường những người làm kinh doanh không ưa văn học nghệ thuật, anh không thế."

Phùng nói như tâm sự,

"Trước kia tôi cũng tưởng vậy, nhưng khi đi vào thương trường, tôi hiểu ra những người yêu văn học nghệ thuật lại có nhiều lợi điểm, họ nhạy cảm, dễ dàng nắm bắt được thời cơ."

"Tôi chưa hiểu."

Phùng cười,

"Thật khó để giải thích rõ ràng, chỉ có thể nói với cô, kinh doanh cần sự nhạy bén."

Nhã Phương đi về phía cuối phòng lựa trong chồng tranh bốn bức tranh đã chọn cho Phùng xem. So với hình chụp thì nguyên bản đẹp hơn nhiều, màu sắc trung thực, chất liệu dày dặn, đường cọ mềm mại, tài hoa. Phùng khen,

"Tranh của cô phóng khoáng, tôi thích."

"Cảm ơn anh."

Phùng cùng Nhã Phương mang tranh ra xe. Trước khi cho xe đi, Phùng nói,

"Thỉnh thoảng cô cho phép tôi đến xem tranh, được chứ?"

"Vâng, anh cứ tự nhiên."

Phùng vẫy tay giã từ. Chiếc xe chầm chậm ra cổng, xuống lòng đường, tăng tốc. Nhã Phương nhìn theo cho đến khi mất hút vào dòng người, xe tấp nập.

Từ hôm đó, thỉnh thoảng, Phùng đến studio xem tranh, chuyện trò. Phùng cũng gặp ông bà thân sinh Nhã Phương, họ rất thân thiện, ông làm ở một cơ quan trực thuộc Tòa đại sứ Mỹ, bà nội trợ, rất mực yêu thương đứa con gái độc nhất. Cũng lạ, cả hai ông bà đều hoàn toàn không một chút liên quan đến văn học nghệ thuật, thế mà cô con gái lại vô cùng nghệ sĩ, yêu văn chương, hội họa, nhất quyết đòi học mỹ thuật trong khi ông bà muốn con gái học y khoa, một ngành nghề vừa có điều kiện tích đức, vừa bảo đảm vững chắc tương lai. Nhưng cuối cùng, vì thương con, ông bà đành chiều theo ước vọng của con.

Nhã Phương đang chuẩn bị cho lần triển lãm thứ hai. Cuộc triển lãm này quy mô hơn, bốn mươi tranh sơn dầu và acrylic mang chủ đề *Nguồn*. Chủ đề này do Thuần gợi ý từ lần về phép trước, khi xem hơn nửa số tranh Nhã Phương đã hoàn tất. Màu xanh đen chủ đạo u trầm, những nguồn sáng chợt lóe đâu đó, bất ngờ, gợi khêu một mạch nguồn trong tâm hồn người thưởng ngoạn. Mạch nguồn gì? Tùy suy nghĩ, cảm nhận, kinh nghiệm của người thưởng ngoạn. Mỗi bức tranh tựa cánh cửa mở rộng cho người xem thoải mái bước qua. Sẽ thấy gì sau cánh cửa mở? Có thể chẳng thấy gì hết ngoài vẻ u trầm của màu, những đường nét đan quyện hài hòa. Cái đẹp vốn không cần giải thích, không cần khoác cho nó bất cứ lý giải nào, tựa đóa hoa dại trắng muốt trổ ra từ khe đá cheo leo bên bờ vực sâu giữa ráng đỏ tà huy. Và cũng có thể có nhiều cảnh giới khác nữa, tùy nội tâm mỗi người. Bốn mươi bức tranh, cái lớn nhất bề ngang lên đến hai thước, phổ thông nhất là từ sáu đến tám tấc. Lúc trước, suốt bốn năm tại trường, nhờ rất khá môn hình họa nên tranh của Nhã Phương thường nghiêng về hiện thực. Nay chuyển sang bán trừu tượng, Nhã Phương vẫn chưa bỏ hẳn được thói quen mô tả sự vật, thành thử, nàng tâm sự với Thuần, vẫn không tránh khỏi những lúng túng nhất định.

Phùng ngắm không chán bức tranh Nhã Phương vừa hoàn tất, vẫn màu xanh ngả sang đen, xoáy tròn thành nhiều vòng sáng tối nối tiếp, nhỏ dần rồi hội tụ quanh một vòng tròn nhỏ vàng cam, tạo cảm giác thăm thẳm, hun hút. Bức tranh giản dị nhưng có một hấp lực vô hình khiến Phùng không thể dời chân,

"Hình như nội tâm Nhã Phương không yên."

"Cái gì khiến anh nghĩ thế?"

"Những vòng xoáy tạo cảm giác chuyển động, sự chuyển động trong tịch lặng, mâu thuẫn này có lẽ là hấp lực của bức tranh."

"Anh giàu tưởng tượng nhỉ.", vừa nói nàng vừa cười.

Nhã Phương thầm nghĩ, gã này không giản dị, giấu dưới dáng vẻ playboy là một nội tâm phong phú. Nhã Phương nhớ Thuần, tâm hồn anh ấy cũng tinh tế, không chừng hơn hẳn Phùng. Cái sâu thẳm ấy được ẩn sau một phong cách rắn rỏi rất nam tính. Chẳng biết cuộc hành quân bao giờ kết thúc? Theo tin từ báo chí, chiến trường mỗi ngày mỗi thêm khốc liệt, có những vùng đất hôm qua của địch quân, hôm sau ta đánh chiếm, hoặc ngược lại, dĩ nhiên thương vong cả hai phe không ít. Nhã Phương nghĩ đến bao cuộc chiến tranh, từ ngàn xưa và mãi mãi đến ngàn sau, người ta nhân danh đủ mọi lý do để bắn giết nhau, thây chất thành núi, máu chảy thành sông, rốt cục sẽ được gì? Trái đất vẫn quay, luật tuần hoàn của vũ trụ vẫn bất biến, xuân hạ thu đông vẫn đều đặn, muôn loài vẫn hóa kiếp và khai sinh. Một sinh vật, một cảnh đời, thậm chí một dân tộc, một quốc gia bị diệt vong, do thiên tai, do những cuộc chiến tranh, rồi sẽ hồi sinh, tiếp tục có mặt dưới một dạng thái, một tên gọi nào đó. Nghìn năm, triệu năm sẽ vô nghĩa so với sự ra đời và tồn tại hơn bốn tỉ rưỡi năm của hành tinh này. Cả ý niệm quốc gia, dân tộc, chủ nghĩa, ý thức... này nọ, xét cho cùng cũng chẳng là gì cả. Nhã Phương cười thầm, sao hôm nay bỗng nhiên mình suy nghĩ nhiều vậy nhỉ. Bao giờ Thuần về? Nhã Phương mong quá ngày đoàn tụ. Gần ba tháng rồi không gặp, Nhã Phương nhớ khuôn mặt vuông, ánh mắt sắc, chiếc mũ đỏ đội lệch, tay áo xắn cao, cánh dù trên nắp túi, những bông mai nhuộm đen trên cổ áo làm Thuần mang trọn vẹn vẻ đẹp của một trượng phu thời chiến.

Phùng vẫn đứng trước bức tranh, như bị thôi miên. Nhã Phương lên tiếng,

"Bốn mươi tranh của triển lãm lần này, anh chỉ thích một bức thôi sao?"

"Nhã Phương biết mà, tôi yêu tranh Nhã Phương, bức nào cũng đẹp, bức nào cũng toát ra thần thức thơ mộng, mềm mại, lãng đãng nhưng bức này gây ấn tượng mạnh."

"Có lẽ nó đánh thức điều gì đó trong anh."

"Không phải là tôi mà là Nhã Phương, tôi nghĩ bức tranh thể hiện nội tâm tác giả."

Nhã Phương trầm ngâm, nàng nhìn ra cửa, nắng chiều rải trên mặt sân một màu vàng óng.

"Những ngày gần đây Nhã Phương luôn nghĩ đến anh ấy."

"Anh nào?"

"Người yêu của Nhã Phương, là lính, hành quân đã gần ba tháng mà chẳng có tin tức, tình hình mỗi ngày một tồi tệ, Nhã Phương lo."

"Thảo nào, những vòng xoáy… ."

"Đúng vậy, những vòng xoáy không lối mở, nhỏ dần, nhỏ dần."

"Có phải đốm sáng ở điểm hội tụ là niềm hy vọng?"

"Anh tinh lắm nên mới nhìn ra điều mong muốn của Nhã Phương, đó chính là điểm sáng nhỏ nhoi cuối cùng Nhã Phương cố níu lấy, để hy vọng."

"Anh ấy tốt số."

"Là sao?"

"Được Nhã Phương yêu."

Nhã Phương chợt hỏi,

"Anh có tin mỗi người sinh ra đều được định đặt bởi một mệnh số, trong vòng xoay của luân hồi, nghiệp báo?"

"Lúc tin lúc không."

"Nhã Phương thì tin tuyệt đối, trên trái đất này có những nhiều tỉ người, tại sao Nhã Phương gặp anh ấy, yêu anh ấy, khổ đau, lo sợ và sung sướng vì anh ấy, bởi anh ấy, do anh ấy? Cả anh nữa, tại sao chúng ta gặp nhau, trở thành bạn bè? Chắc chắn ở một kiếp nào đó chúng ta từng quen biết."

Phùng cười,

"Nếu đã thế, tôi hy vọng xưa kia chúng ta có quan hệ thật thân thiết, như vậy kiếp này mới có dịp trả."

Nhã Phương cũng cười,

"Anh đã trả tôi rồi đó, sáu bức tranh."

"Tôi muốn được trả chuyện gì đáng giá kia."

"Còn chuyện gì đáng giá?"

Phùng định nói, tôi muốn trả cả cuộc đời tôi cho em, nhưng nhận thấy giao tình giữa hai người chưa đủ mật thiết để có thể nói lên mong ước của mình.

*

Phùng tốn khá nhiều thì giờ cho cuộc triển lãm của Nhã Phương. Tìm thợ đóng khung cho bốn mươi bức tranh, in thiệp mời, quan hệ với một số ký giả quen nhờ họ viết bài giới thiệu, tìm địa điểm thích hợp để trưng bày, thuê xe chở tranh… . Nói chung, mọi công việc không liên quan đến sáng tác, Phùng đều dành làm với một nhiệt tình hơi thái quá, khiến Nhã Phương ái ngại,

"Chuyện triển lãm Nhã Phương đã quen, tự lo được, anh còn điều hành công việc ở công ty, không thể bỏ bê được."

"Công ty có phó giám đốc lo, vả lại, gặp chuyện cần anh giải quyết, a-lô anh về ngay. Lẽ ra anh phải cảm ơn em mới đúng, nhờ em, anh có được cơ hội lo toan này, nghìn năm một thuở."

Nhã Phương lườm Phùng,

"Dẻo mồm quá."

"Haha, lâu lắm rồi anh mới được nghe lại câu chê hàm ý… khen này."

"Anh hay bị phê như thế sao?"

"Rất nhiều lần, lúc trước anh hư lắm, ăn chơi hoang đàng,

có khi một hai ngày biệt tích, về nhà, bà cụ bắt ngồi nghe giảng quốc văn giáo khoa thư, riết ù cả tai, nhức cả óc! Anh bèn áp dụng đòn chiến tranh chính trị, đến sau lưng, ôm mẹ, rót vào tai bà những lời nịnh nọt ngọt như mật, thế là mẹ nguôi giận, nguýt yêu, dẻo mồm."

Cuộc triển lãm khá thành công, một phần ba tranh được bán, báo chí tán tụng, tên tuổi Nhã Phương được nhắc nhở với nhiều ưu ái, vài nhà xuất bản nhờ trình bày bìa cho những cuốn sách sẽ in, đôi ba tờ báo mời cộng tác. Buổi chiều, sau khi đã dọn dẹp, thu vén xong, hai người lên xe. Trên đường về, Phùng chợt quay sang Nhã Phương,

"Quên mất, anh mời em đi ăn, mừng thành công."

"Ngược đời, em phải mời anh chứ."

"Chuyện nhỏ, đi nhé?"

"Ok."

"Mình đến đâu nhỉ?"

"Vào Chợ Lớn đi."

« Phải đấy, nhà hàng MLH nhiều món ngon. »

Phùng bấm kiếng xuống. Buổi chiều, nắng chỉ còn vướng trên những mái nhà, gió từ hướng bờ sông lồng lộng, xe vòng quanh bùng binh trước khi phóng thẳngvào lãnh địa của người Hoa. Phùng nghe nói nhiều người đứng tuổi chưa bao giờ ra khỏi lãnh địa này, thậm chí ngoài tiếng Hoa, họ không nói được tiếng Việt!

Phùng nói,

"Vùng đất này chỉ khoảng một phần tư SG nhưng lại là đầu não chi phối kinh tế của cả nước. Em còn nhớ Tạ Vinh bị ông Nguyễn Cao Kỳ xử bắn không? Tội đầu cơ tích trữ gạo. Không riêng gì gạo, nhiều mặt hàng khác cũng do nơi này khống chế. Chúng ta hẳn không lạ, để được về làm quận trưởng vùng này, người ta phải « mua » bằng một số tiền không nhỏ! »

"Tham ô, hối mại quyền thế là tệ trạng trầm kha của những quốc gia nhược tiểu."

"Tệ trạng này như rắn thần, chặc đầu này mọc ngay đầu khác. Người ta chỉ diệt cái ngọn, gốc còn nguyên! Mầm khác sẽ nẩy ra."

Nhã Phương nói,

«Vấn nạn này không chỉ xảy ra ở ta mà gần như mọi quốc gia trên hành tinh này đều không tránh khỏi, tuy nhiên các nước nhược tiển sẽ rất trầm trọng, càng trầm trọng.»

Nửa giờ sau, xe đỗ trước một nhà hàng hai tầng, rực rỡ ánh đèn. Hai người sánh vai bước vào không khác một cặp tình nhân, họ chọn chỗ ngồi không xa lắm sân khấu nhỏ có giàn nhạc đang chơi nhạc nhẹ.

Trong khi chờ thức ăn mang ra, Phùng hỏi Nhã Phương đã tính gì chưa cho tương lai gần? Nhã Phương nói đang thai nghén một chủ đề thoát thai từ đạo Phật, tôn giáo của hai đấng sinh thành. Ông bà gốc Huế, di cư vào Nam hai mươi lăm năm trước, Nhã Phương sinh ra trên quê hương mới, giọng nói rặt Nam bộ, nhưng lề thói, phong cách thì rất Huế, thâm trầm, chừng mực, khép kín và nặng tình nghĩa gia đình. Chọn triển lãm với nội dung liên quan đến Phật giáo là một hình thức làm vui lòng cha mẹ cô.

Chủ đề triển lãm có tên *Cõi Tịnh*. Nhã Phương còn trẻ, không mấy lưu tâm đến tôn giáo, nhưng vẫn thường nghe mẹ đề cập đến kinh sách. Theo mẹ, nếu hàng ngày mọi Phật tử đều niệm danh hiệu đức Phật A Di Đà, đồng thời tuân thủ nghiêm cẩn mọi điều răn, không tham lam, không trộm cắp, không rượu chè, không tà dâm, không sát sinh… , thì khi chết sẽ được vãng sinh vào Cõi tịnh độ. Cõi tịnh độ, đó là nơi chốn thanh sạch, hoàn toàn vắng bóng mọi sân si, khổ hận. Bằng cái nhìn duy lý của một trí thức trẻ, Nhã Phương hiểu thế giới kia không đâu xa lạ, nó hiện tiền ngay trong đời sống chúng ta, nó là "tính bản thiện" trong mỗi con người, thường bị che lấp bởi những hành vi bất hảo phát sinh từ cuộc đời ô trược vây quanh.

Từ khi nảy sinh ý tưởng sẽ vẽ về chủ đề *Cõi tịnh*, Nhã Phương tìm đọc rất nhiều sách vở kinh kệ liên quan, và phát hiện ra, chủ đề này không khó thực hiện như lúc đầu đã tưởng, bởi mọi sự vật, mọi ý tưởng quanh ta, trong tâm hồn ta, đều do chính ta phóng chiếu, soi rọi. Đục, trong, sạch, bẩn đều do chính ta chọn lựa cách nhìn ngắm và tư duy. Mọi điều tồn tại ở thế gian đều luôn có hai mặt, phải và trái, đen và trắng, tốt và xấu. Nhã Phương cho rằng để tạo được những tác phẩm theo sát chủ đề, là hãy vẽ những mặt tích cực, sáng, trong của sự vật, của ý tưởng. Hãy xa lìa những hôn ám trong đề tài, trong cách xử lý màu sắc, đường nét. Giản dị thế thôi.

Nhã Phương ngưng nói, hướng mặt ra đường, khuôn mặt nhìn nghiêng đẹp một cách kỳ lạ, Phùng ngắm không chớp mắt, cảm thấy lòng nao nao, người con gái này mang đầy tố chất nghệ sĩ nhưng cũng vô cùng trong sáng và lương thiện, có lẽ sự trong sáng và lương thiện này là do di truyền. Cha mẹ Nhã Phương chất phác, mộc mạc như củ khoai, khúc sắn của vùng đất đã sinh ra họ, cũng như đã dưỡng nuôi, hàm dưỡng, tạo nên con người, cá tính, tâm hồn họ, cho dù đã ba mươi năm họ mặc nhiên nhận miền Nam là quê hương thứ hai, nhưng mãi mãi ông bà không thể quên nguồn cội, nơi có dòng nước đục phù sa chảy êm ra biển, có rặng tre xanh ven bờ, có ráng chiều đỏ ối mặt sông lấp lánh màu máu, có cầu ván bắc từ bờ ra vũng sâu, có những con đò tam bản trôi chậm giữa dòng, có vó lưới với những cọc tre vươn cao; Và ngôi nhà ngói đỏ, cửa sổ sơn xanh, vườn cam trĩu trái, luống cải bẹ phất phơ những nhánh bông vàng… . Hình ảnh quê nhà mãi không mờ phai trong trí nhớ ông bà, đã ảnh hưởng không ít đến tâm hồn Nhã Phương, hình thành nên một nghệ sĩ nửa lãng mạn mang tố chất xứ thần kinh u trầm với đền đài lăng tẩm rêu phong, nửa cuồn cuộn no căng sức sống phương Nam. Càng ngày Phùng càng bị rơi vào vòng lưới vô hình Nhã Phương không giăng nhưng tự nhiên có. Vòng lưới êm ái Phùng không muốn thoát ra, dù biết trong tâm hồn Nhã Phương chỉ tồn tại duy nhất một bóng hình, đó là gã đàn ông với bộ quân phục rằn ri và chiếc mũ đỏ đội lệch, Nhã Phương vẫn thường nhắc đến với tình cảm sâu đậm thể hiện qua lời nói, thái độ mỗi khi có dịp. Gã là ai? Gã có hấp lực gì khiến Nhã Phương không ngừng nhớ tưởng, tôn sùng rất mực?

Phùng nâng ly bia đưa về hướng người con gái,

"Nào, mình cạn, làm ly khác."

"Thôi, em không uống nữa đâu, say chết."

"Chỉ mới nửa chai mà."

"Em nào biết uống rượu, hôm nay vui, phá lệ, mới nửa chai đã muốn ngất ngư."

"Ngất ngư, cho ngất ngư luôn."

"Không được đâu."

Phùng cười, không ép, lặng lẽ mở chai mới rót vào ly mình, nhìn màu vàng sủi bọt trong lòng chiếc ly thủy tinh lớn hồi lâu, giọng nửa đùa nửa thực,

"Một mình độc ẩm vậy, buồn quá!"

"Uống đi, hôm nay anh mặc sức.»

Nhưng sực nhớ nhiệm vụ làm tài xế của Phùng, Nhã Phương vội tiếp,

«Mà không được, anh còn phải lái xe."

"Yên trí, anh say không dễ đâu!"

Phùng lại nâng ly uống cạn, xoay mặt trực diện Nhã Phương,

"Trong mắt em, anh thế nào?"

"Sao tự nhiên anh hỏi thế?"

"Trả lời đi."

Nhã Phương cười,

"Một công tử con nhà giàu, chấm hết."

"Thảm vậy sao?"

"Rất nhiều người mong được như anh, sao lại thảm?"

Phùng muốn nói với Nhã Phương chẳng hay ho gì khi cuộc đời nhất nhất đã được lập trình sẵn, không cần bất cứ một nỗ lực tự thân nào, Phùng nghĩ đến người yêu của Nhã Phương, hình ảnh rất nam nhi ấy làm Phùng cảm thấy mình nhỏ nhoi, tầm thường đến tội nghiệp. Một công tử con nhà giàu, chấm hết. Ẩn trong nhận xét này rõ ràng dưới mắt Nhã Phương, Phùng không có được ấn tượng nhỏ nào.

"Khuya rồi đấy, mình về thôi." Nhã Phương nói.

Phùng uống nốt ly bia, gọi tính tiền. Cả hai ra xe.

Suốt đường về, Phùng giữ im lặng. Một công tử con nhà giàu, chấm hết. Phùng cảm thấy lòng buồn. Chiếc xe trôi êm trong bầu khí thoáng mát của vùng ngoại ô.

*

Buổi sáng. Phùng vừa vào cửa, Huy đã bước tới, mặt nghiêm,

"Thạc nhờ tôi trao thư này cho giám đốc."

Phùng nhận thư nói "cảm ơn" rồi đến bàn làm việc, đặt chiếc cặp lên bàn, ngồi xuống ghế, chậm rãi mở thư, đọc. Chỉ vỏn vẹn một dòng: "Xin lỗi, tôi xin nghỉ việc."

Phùng không ngạc nhiên, từ nhiều ngày trước Phùng đã nghe, không chỉ một mình Thạc, mà còn nhiều nữa, nhân viên dưới quyền, sẽ nghỉ việc. Họ ra đi, rời khỏi mảnh đất khốn khó này để tìm đến vùng trời khác bình yên hơn, ấm no hơn. Mươi ngày nay tình hình biến chuyển từng giờ, các tỉnh miền Trung, cao nguyên theo nhau tiêu tùng, dân chúng bồng bế dắt dìu tìm đường thoát thân. Chết chóc, thương tật, đói khát, chia lìa, cướp giật, hãm hiếp… , nghìn nghìn thảm cảnh.

Thạc nghỉ việc. Đến ai nữa, hôm nay, ngày mai, ngày mốt? Công ty và nhân viên như thân thể và tứ chi. Cắt lìa tứ chi khỏi thân thể, công ty tất nhiên sụp, điều giản dị này đứa trẻ lên ba cũng hiểu. Phùng cảm thấy mỏi mệt quá. Tối qua Phùng nói chuyện với ba, ông lắc đầu chán nản,

"Mười tám năm tạo dựng, bồi đắp, để có được ngày hôm nay, biết bao gian nan, thế mà chỉ một sớm một chiều bỗng tan tành!"

"Có cách nào cứu vãn không ba?"

Ông lại lắc đầu,

"Con biết mà, nằm ngoài khả năng của chúng ta."

Chiến tranh, con quái vật đã hoành hành hai mươi năm nay. Ba triệu người đã chết, gấp nhiều lần con số ấy đã tàn tật, ly tan, chia lìa, thù hận. Bao nhà đã cháy sập, bao tài sản đã thành tro khói, bao vườn ruộng đã tan hoang, bao rừng cây đã gãy đổ? Những con số làm nhức nhối cho bất cứ kẻ nào quan tâm đến vận mệnh quê hương.

Phùng cho triệu tập toàn thể nhân viên vào buổi chiều, trước giờ tan sở, Phùng bùi ngùi thông báo,

"Dù không muốn nhưng trong tình thế hiện tại, công ty buộc phải tạm đóng cửa vô thời hạn, mong tất cả cảm thông."

Trên đường về, Phùng ghé vào quán rượu, gọi một ly cô-nhắc, nhấp từng ngụm nhỏ, nghĩ đến những ngày sắp tới, cảm thấy lòng buồn muốn khóc.

*

Michael nói,

"Anh phải đi, sẽ không tốt cho anh và gia đình nếu ở lại."

"Họ cũng là người Việt Nam… ."

"Nhưng anh làm việc với chúng tôi, chuyện không giản dị."

Đó là buổi sáng những ngày cuối cùng trước khi thành phố rơi vào tay Bắc quân. Không khí hoảng loạn. Đã có rất nhiều gia đình tìm đường ra đi, nhiều tin đồn phía bên kia sẽ chiếm lĩnh thành phố này, những cuộc tắm máu sẽ xảy ra, kẻ thắng sẽ xử tử kẻ bại, đàn bà con gái sẽ bị gọt những mái tóc uốn, những móng tay để dài, quét son sẽ bị rút, những váy đầm kiểu cọ sẽ bị cắt bỏ… . Michael từ tòa đại sứ đến nhà Nhã Phương và đang nói chuyện với ba. Ông ấy thuyết phục ba hãy đưa gia đình ra đi và ông ấy sẽ lo mọi chuyện nhưng ba còn phân vân. Ra đi, đến một xứ sở xa lạ, khác khí hậu, ngôn ngữ, tập quán, nếp ăn, lối ở. Ra đi, là vĩnh viễn không còn thấy dòng sông đục ngầu phù sa hai mùa mưa nắng, là chẳng bao giờ nữa tái ngộ bờ tre xanh, vồng cải bẹ vươn cao những nhánh bông vàng nhẹ đưa trong gió, hàng cau với những chùm hoa ngào ngạt hương thơm, mái ngói âm dương rêu phong, những cửa sổ lá sách bạt sơn… . Ra đi, là đoạn lìa hẳn với quá khứ, cái quá khứ như một phần thịt da không thể tách rời, tạo thành con người ba, bản chất ba, cuộc đời ba. Ra đi, là vĩnh biệt tất cả.

Ba không đành lòng, ông nói với Michael,

"Anh cho tôi thêm một chút thời gian, từ bây giờ đến hai giờ chiều, tôi sẽ quyết định."

Michael đứng lên, đôi mắt xanh nhìn sâu vào ba,

"Ok, tôi sẽ trở lại đúng hai giờ chiều."

Nhìn người bạn lên chiếc jeep phóng nhanh, ba thầm nhủ, chỉ một thời gian ngắn nữa thôi anh ta sẽ trở lại quê nhà, sẽ nhanh chóng quên đi cái vùng đất nóng nực, khô cằn, triền miên trong đói nghèo và bom đạn này. Cũng một thời gian ngắn nữa thôi, ba sẽ bỏ lại tất cả để ra đi. Từ ấu thơ đến hôm nay chưa bao giờ ba nghĩ đến hai từ quê hương, nhưng bây giờ khi sắp xa lìa, ba chợt nhận ra, mảnh đất này chính là một phần máu thịt, đau lòng biết mấy nếu phải đánh đoạn cắt bỏ!

Ba vào nhà dắt chiếc honda ra ngoài, nổ máy xuống phố, ba muốn nhìn lần cuối mảnh đất thân yêu đã gắn bó với ba hai mươi lăm năm nay, mảnh đất khác gì đâu với quê hương thứ nhất của ba. Đường phố hình như tất bật hơn. Nhiều căn nhà cửa đóng, chỉ những hàng quán vỉa hè, những xe hủ tiếu, những gánh hàng rong là vẫn như mọi ngày. Ba dừng xe trước cửa hiệu sách lớn nhất thành phố. Ba bước vào, hai hàng kệ san sát trưng bày sách mới. Nhớ hơn hai mươi năm trước, thuở ba còn trẻ, còn mê văn chương thơ phú như mê tình nhân, hàng tuần, ít nhất một lần, ba ghé vào hiệu sách này, mang về một hai tác giả ba mến mộ. Ngày đó Nhã Phương mới ra đời, bên cạnh tình thương cho người vợ trẻ và đứa con gái tựa báu vật trời ban, là những cuốn sách còn thơm mùi giấy. Ba cũng như hầu hết mọi người trẻ xuất thân từ đất thần kinh, văn học, nghệ thuật, âm nhạc là những yếu tố quan trọng để hoàn thiện nhân cách. Ba dạo quanh một vòng, nhìn những cuốn sách đứng ngay ngắn trên kệ, nghĩ, lần cuối cùng, sẽ không bao giờ nữa ba nhìn thấy chúng, những món ăn tinh thần. Ba buồn bã ra khỏi hiệu sách, chạy xe đến một con hẻm luồn lách giữa những căn phố, đến một quán cơm nhỏ. Địa chỉ này suốt nhiều năm, thuở còn là công chức của tòa thị chính thành phố, ba đã ghé ăn trưa. Những bữa cơm đơn giản nhưng gần gũi, tình nghĩa, nuôi dưỡng tình quê chỉ bằng bởi dĩa cà pháo giòn tan, cá kho tộ cay xé, lát thịt đông kẹp gắp dưa chua. Ba lang thang khắp thành phố, ghé những nơi ba từng biết và thân thiết, thư viện, các phòng tranh, quán kem và cà phê có máy điều hòa, nhè nhẹ nhạc cổ điển… . Ba ra tận ngoại thành, con đường đất đỏ dẫn đến xóm nghèo sau hàng so đũa, nơi ba và mẹ ngày mới đến. Thuở ấy, mẹ làm công nhân xưởng dệt cách nhà trọ không xa, ba vừa làm "gia sư" cho một một cậu ấm vừa tiếp tục hoàn tất năm cuối cùng Bách Khoa.

Hai mươi lăm năm, mỗi góc phố, mỗi thước đường, mỗi địa danh đều hầu như gắn liền với bao kỷ niệm, ba không quên, chẳng thể quên. Vậy nhưng không lâu nữa, sẽ chỉ là hồi ức mỗi lần nhớ về. Ba nhấn chân ga, chiếc xe phóng nhanh. Kia, dưới tán lá cây bã đậu là cái quán cóc mà ba đã ghé những trưa hè uống ly trà đá khi từ trường về nhà, đạp xe ngang qua. Kia nữa, là rạp chiếu bóng bình dân mỗi cuối tuần ba thường đưa mẹ đến xem phim, những cuốn phim cũ mèm sọc ngang sọc dọc, và bên cạnh rạp là quán cháo lòng ba mẹ vẫn ghé ăn sau gần hai giờ theo chân Aladin và cây đèn thần. Ba nghe mắt mình cay cay, nắng buổi trưa xối hơi nóng xuống đỉnh đầu, chiếc xe cứ lăn bánh trên từng khúc đường quen. Ba dừng xe trước một căn nhà nhỏ trong hẻm sâu, nhà của một người bạn thân. Trên chiếc giường thấp, dưới ánh sáng nhợt nhạt, người bạn nằm như dán xuống chiếu, khuôn mặt hốc hác sạm đen, hai cánh tay tựa hai nhánh củi khô thò ra ngoài mảnh chăn đắp kín, ông ta mở trừng mắt trong hai hố sâu nhìn ba, không nói.

"Cậu thế nào, khá hơn không?" Ba hỏi.

Người bạn nhẹ lắc đầu. Ba ngồi xuống mép giường,

"Bả đâu rồi?"

Người bạn trả lời, giọng nhừa nhựa, vo ve,

"Đi chợ, có lẽ sắp về."

Người bạn và ba quen nhau dễ đã mười lăm năm, ngày ấy hai người cùng làm chung một sở, trực thuộc tòa đại sứ Hoa Kỳ. Họ rất thân vì cùng có chung sở thích, yêu văn chương, thơ ca. Người bạn đã xuất bản một tập thơ, được nhiều người ngưỡng mộ, trong số này có một sinh viên khoa văn, là vợ người bạn sau này. Họ tìm hiểu và yêu nhau, tâm đầu ý hợp, đưa đến một đám cưới khiêm tốn nhưng tràn đầy hạnh phúc suốt hai năm chồng vợ mặn nồng. Thế rồi bất ngờ tai họa ập đến, người bạn bị tai nạn xe cộ, gãy chân, và sức khỏe nhanh chóng suy sụp, dẫn đến bệnh lao. Cô sinh viên trâm anh ngày nào phải bươn chải ra đời tìm miếng cơm nuôi thân, nuôi chồng, thành thư ký cho một cơ sở kinh doanh nhỏ, lương ít ỏi, không đủ lo cái ăn cái mặc và thuốc thang cho người chồng liệt giường. Cảnh nhà mỗi ngày mỗi khốn khó, ba hàng tháng phụ cấp thêm cho vợ người bạn.

Nay ba sắp ra đi, gia đình người bạn sẽ ra sao? Lòng ba nặng trĩu.

Ba cầm bàn tay xương của bạn, bóp nhẹ,

"Tôi sắp đi xa..."

Người bạn nhìn ba không trả lời, ánh mắt lạc thần không sinh khí. Ba thở dài nhìn ra khi nghe tiếng động. Bó người trong bộ quần áo nhàu nhĩ, cô sinh viên ngày nào bước qua khung cửa,

"Anh đến chơi."

Ba trả lời,

"Vâng, anh mới đến."

Và hỏi tiếp,

"Em khỏe chứ?"

"Em vẫn khỏe, cảm ơn anh."

Thêm một vài câu đối thoại, ba móc túi đưa vợ người bạn tất cả số tiền hiện có,

"Em cầm lấy, anh sắp đi xa, chắc khó gặp lại vợ chồng em."

"Anh đi đâu?"

Ba kể nhanh chuyện sắp xảy ra rồi từ giã vợ chồng người bạn. Suốt đường về, hình ảnh người bệnh nằm như dán xuống manh chiếu cũ, trong ngôi nhà ánh sáng nhợt nhạt, cứ chập chờn trong đầu. Viễn ảnh chắc chắn sẽ vô vàn khốn khó của họ khiến ba bần thần, rã rời như đang cơn bệnh.

Đến nhà, chưa kịp xuống xe, mẹ đã chạy ra,

"Anh đi đâu mà ông Michael đến, chờ anh hơn một tiếng đành phải về, ông ấy nói chỉ còn nửa tiếng là lên đường."

Cũng có nghĩa gia đình đã lỡ chuyến đi. Mẹ cuống cuồng,

"Phải làm sao, họ vô, mẹ con em chắc chết."

"Anh nghĩ không sao đâu."

Mẹ như sắp khóc,

"Không sao! Đàn bà con gái bị rút móng tay, anh không nghe người ta nói à?"

Ba im lặng, có thực thế không? Đáng sợ thực. Mình tệ quá.

Nhã Phương trấn an mẹ,

"Con cũng nghĩ như ba, có lẽ không đến nỗi như người ta đồn."

Thâm tâm Nhã Phương mong mọi chuyện sẽ không như người ta sợ hãi bàn tán. Nhã Phương sẽ không đi đâu hết, chờ Thuận từ doanh trại trở ra, sẽ cùng Nhã Phương, từ nay không còn cách xa, mãi mãi bên nhau, sẽ như gió xuân và nắng sớm, cho mạch sống tuôn trào, sẽ như mây thấp và mưa ngâu, cho tươi tốt mầm xanh. Chế độ nào, chính phủ nào cũng thế, cũng cần có những người dân lương thiện. Thuận sẽ đi học lại, như mơ ước, Nhã Phương sẽ tiếp tục sáng tác cho cuộc triển lãm đã dự tính, chủ đề *Cõi Tịnh* sẽ hoàn tất trong tương lai gần, khi mọi biến động dịu xuống, cuộc sống trở lại bình thường.

Nhưng mẹ ra vào quay quắt, nỗi lo sợ càng lúc càng cao, thấy vậy, Nhã Phương hoang mang, một mặt muốn ra đi vì sợ những lời đồn thành hiện thực, một mặt muốn ở lại chờ Thuận. Còn ba thì dày vò, ân hận vì đã không về đúng giờ để đưa gia đình cùng theo Michael lên đường.

*

Sáu giờ chiều, Phùng bỗng xuất hiện tại nhà Nhã Phương và cho biết, gia đình Phùng đã sang được một xuồng nhỏ có gắn máy đuôi tôm. Xuồng cũ, rệu rã, nhưng ba Phùng nói, không sao, chỉ cần chạy vài mươi hải lý, đến được đệ thất hạm đội đang neo ngoài hải phận quốc tế là ổn rồi. Phùng thúc dục ba mẹ Nhã Phương và nàng theo Phùng lên đường ngay. Mẹ và ba mừng nhưng Nhã Phương thì hoang mang. Đi với mọi người, cũng có nghĩa cô sẽ vĩnh viễn mất Thuận, nhưng không thể không đi, viễn ảnh kinh hoàng như người ta nói đã làm Nhã Phương, chỉ nghĩ đến thôi cũng thấy khắp người lạnh toát. Vả lại, hẳn ba mẹ cô sẽ chẳng bao giờ đồng ý cho cô ở lại. Thuận ơi, em phải làm sao? Em biết ra đi thế này là vĩnh viễn mất nhau. Định mệnh tàn nhẫn quá, phận người trong vòng xoáy của biến cố sao mà nhỏ nhoi, em bất lực, không cách gì chống lại nghịch cảnh. Thôi đành, hãy tha thứ cho em. Nước mắt Nhã Phương trào ra không thể kìm giữ. Mẹ thấy Nhã Phương loay hoay mãi vẫn chưa xong túi xách đựng những vật dụng tối cần phải mang theo, gắt,

"Con làm gì như người mất hồn thế, mau lên, cậu Phùng chờ."

Cuối cùng cũng xong, mỗi người một xách tay. Ba mẹ và Nhã Phương vội vã lên xe. Ba ngoái nhìn lần cuối căn nhà thân yêu sau bờ rào thấp, cuối vườn là studio của Nhã Phương, kín các bức tranh trên bốn vách ván. Bao năm nay, dưới mái ấm này, hạnh phúc tuy đơn sơ nhưng đầy tràn, ba nghe mắt cay cay. Phùng nhanh nhẹn phóng đi,

"Mình xuống ngay bãi CG, xuồng neo ở đó."

Xe ra khỏi nội đô, con lộ vắng, hai bên ruộng lúa đang mùa gặt, vàng rợp, trĩu hạt. Khung cảnh thanh bình, vẻ như không liên quan đến biến cố sắp xảy ra. Phía xa, sau rặng tre, dãy núi mù trong bảng lảng chiều tà. Ba hỏi Phùng,

"Còn xa không con?"

"Thưa, còn chừng nửa tiếng."

Đường tương đối tốt tuy không rộng lắm và chẳng có lề, nhiều đoạn cây tràm mọc lấn, rễ bò ngoằn ngoèo như rắn trên mặt nhựa đường. Bãi tràm trải dài tít tắp, gốc chĩa thành nhiều nhánh trồi lên khỏi mặt nước cho những con cá thòi lòi bám đầy. Cò trắng đậu kín các ngọn cao, tiếng chim sâu ríu rít. Mùi bùn non pha với mùi muối mặn phảng phất. Nắng chưa tắt hẳn, lung linh trên đỉnh cây xanh là một màu vàng dịu tựa lụa mỏng. Qua khỏi rừng tràm, xe đổ dốc, dừng lại trên bãi trống gần bờ biển. Phùng xuống xe,

"Đến rồi."

Ba người theo Phùng tiến vội đến một con xuồng neo đậu bên kia ghềnh đá.

Phùng chợt đứng lại. Sáu tên thanh niên đang nhảy qua các mỏm đá, chuẩn bị lên xuồng. Phùng nói,

"Tụi này đi hôi."

Ba hỏi,

"Là sao?"

"Chúng sẽ theo ra đệ thất hạm đội."

Vừa nói Phùng vừa đảo mắt nhìn quanh, bắt gặp một gốc tràm dài, vội nhảy tới cầm lên rồi phóng về hướng bọn thanh niên, hét lớn,

"Các anh là ai?"

Một gã lên tiếng,

"Cho bọn tôi đi với."

"Không được, xuồng nhỏ."

"Được mà."

Và không đợi Phùng bằng lòng, cả bọn dợm nhảy xuống xuồng, Phùng nhào tới, vung gốc tràm, bọn thanh niên dạt ra tránh, một tên ngã xuống nước. Phùng hướng về phía ba,

"Bác trai đưa bác gái và Nhã Phương xuống xuồng nhanh."

Khi mọi người đã xuống hết, Phùng nhảy theo, chợt Phùng ôm mặt la lớn,

"Ối!"

Một viên đá lớn do thanh niên đứng gần ném trúng, máu

tuôn ướt mặt, Phùng ngã ngồi xuống mạn xuồng. Ba Phùng đã nổ máy sẵn, xuồng rời ghềnh đá, hướng ra khơi. Nhã Phương bước nhanh đến bên Phùng, khuỵu gối, hốt hoảng,

"Anh bị thương rồi, phải làm sao?"

Một tay vuốt dòng máu tươm khắp mặt, một tay vươn ra cầm bàn tay Nhã Phương, Phùng nói, giọng nhẹ,

"Anh không sao."

Phùng nắm bàn tay mềm, nghe hơi ấm lan truyền, thầm nghĩ, ước gì bàn tay này sẽ trong tay mình trong suốt quãng đời còn lại, ở bất cứ nơi đâu, vào bất cứ khi nào.

Ba Phùng bỗng nói lớn,

"Đệ thất hạm đội kia rồi."

Nhã Phương nhìn theo hướng chỉ, lờ mờ trước tầm mắt, trong màn sương đục, một khối sắt khổng lồ nổi trên mặt biển thẫm màu.

Lê Hải Triều

III: CHUYỂN NGHIỆP

Bên ngoài ánh sáng nhá nhem. Những tiếng động quen thuộc của một xóm lao động đã lục đục.

Suốt đêm Huệ không ngủ, cô ngồi bên cạnh người đàn bà xương bọc da, thân thể mỏng dính, dán xuống vuông chiếu cũ đã sờn mép, ố đen. Người đàn bà cố duy trì sự sống, dù hơi thở yếu dần, khò khè. Đêm sắp qua. Bóng đèn tròn tỏa ánh sáng vàng bủng, không đủ soi tỏ những góc khuất, Huệ ngồi trên chiếc ghế đẩu cạnh giường, đầu thụt sâu xuống hai vai gầy, thỉnh thoảng đưa tay vuốt ngực mẹ khi thấy bà khẽ ưỡn người, mở miệng ngáp ngáp, hình như cố hớp chút dưỡng khí có lẽ sắp cạn kiệt.

"Mẹ mệt lắm phải không?" Huệ hỏi, dẫu biết câu hỏi có vẻ thừa.

Dĩ nhiên người đàn bà không trả lời, giản dị, vì bà không nghe, không biết. Tri giác nhiều phần đã rời khỏi cái thân xác sắp trở thành vô cảm.

Bốn mươi năm, kiếp đời này triền miên trong bất hạnh, người chồng chỉ sống với bà đúng ba ngày ba đêm, để rồi ra đi, biền biệt, mù tăm, có lẽ đã chết dập vùi ở một phương nào đó, trong khói lửa đạn bom, trong nghiệt ngã hận thù, để lại trong người đàn bà một chủng tử là cái bào thai, để rồi sau chín tháng mười ngày bé gái ra đời. Lại thêm một nghiệt ngã của số phận, bé gái không bình thường hình hài. Ốm yếu, quặt quẹo, một tay vòng kiềng, thiếu ngón. Từ thanh xuân đến bây giờ, sắp chung cuộc, người đàn bà không có một ngày vui.

Ngôi làng, nơi bà đã sinh ra, lớn lên, bỗng tai ương ập xuống, bạo tàn, thảm khốc, man rợ. Gần trọn dân làng bị tàn sát, bằng súng đạn, lưỡi lê. Đàn ông con trai bị tra tấn, bị cắt bộ phận sinh dục, đàn bà con gái bị hãm hiếp, xẻo vú. Xác người rải rác khắp đường làng, bên bờ kênh, ngoài đồng quạnh. Máu lênh láng mọi nơi. Ruộng vườn tang hoang, nhà cửa bị phá sập, bị thiêu rụi trong lửa đỏ.[1]

*

Suốt nhiều năm, mỗi lần nhớ lại, toàn thân người đàn bà bỗng lạnh cóng, dù giữa mùa hè. Làm sao quên được buổi trưa hôm ấy, người đàn bà, bấy giờ còn là một thiếu phụ trẻ chưa tròn hai mươi hai, bế bé gái tật nguyền lủi vào một bụi cây rậm. Toán lính Mỹ xuất hiện đầu ngã ba, súng cầm tay, lưỡi lê nhọn chĩa về phía trước, đi thành hàng dọc trên con đường đất chạy dài song song con lạch, sát chỗ nấp của mẹ con. Tên lính đi đầu không quay lại, nói với tên đi sau,

"I just saw a Viet cong running past here." [2]

Tên đi sau chửi thề,

"Fuck, where?" [3]

Trong bụi rậm, đứa bé mếu máo chực khóc, thiếu phụ trẻ vội bụm miệng đứa bé, cố ép thật sát cả hai xuống mặt đất lởm chởm cây cành. Bên ngoài, toán lính lướt qua, tiếng

---

(1) Vào ngày 16 tháng 3 năm 1968 tại khu vực thôn Mỹ Lai thuộc xã Sơn Mỹ, quận Sơn Tịnh, tỉnh Quảng Ngãi (nay là xã Tịnh Khê tỉnh Quảng Ngãi), các đơn vị lính bộ binh Hoa Kỳ đã thảm sát hàng loạt 504 dân thường không có vũ khí, trong đó phần lớn là phụ nữ và trẻ em. Trước khi bị giết, nhiều người trong số các nạn nhân còn bị cưỡng bức, quấy rối, tra tấn, đánh đập hoặc cắt xẻo các bộ phận trên cơ thể. Sự kiện thảm khốc này đã gây sốc dư luận toàn thế giới, hâm nóng phong trào phản chiến và là một trong các nguyên nhân dẫn tới sự triệt thoái của quân đội Hoa Kỳ khỏi Việt Nam năm 1972.

(2) *"I just saw a Viet cong running past here."* - Tao vừa thấy một tên Việt Cộng chạy ngang qua.

(3) *Fuck, where?* - Đụ mẹ, đâu?

giày *saut* nghiến trên mặt lộ đầy lá khô. Tên đi đầu vụt la lớn,

"Viet cong!"

Và nâng mũi súng lia một tràng đạn dài. Hai vợ chồng (có lẽ) và một bé trai ngã vật giữa con lộ đất, giẫy đành đạch trước khi bất động, máu chảy tràn xuống dòng kinh. Tên lính đi đầu tiến nhanh tới, Người chồng chưa chết, mắt mở trừng khiếp đảm, tên lính buột mồm,

"Fuck you!"

Hắn vung cây súng lên cao, đâm mạnh xuống, ngọn lưỡi lê xuyên ngọt giữa ngực, gã đàn ông nẩy giật vài cái rồi bất động, không một tiếng kêu. Hồn gã nhanh chóng rời khỏi cái xác đẫm đìa một màu đỏ bầm.

Thiếu phụ trẻ đợi toán lính đi khá xa mới thận trọng bò xuống con lạch, lội sang bờ bên kia, trên tay ôm chặt đứa bé. Lên bờ, cô tiếp tục trườn nhanh, lủi vào ruộng lúa. Nước lấp xấp, bùn nhão, một con đỉa bám vào ngực, cô mặc kệ, cố tiến về phía bờ tre làng bên, địa phận chưa bị càn. Cuối cùng thiếu phụ trẻ đến được nơi muốn đến, đầu óc mụ mị, kiệt sức, chân tay run lẩy bẩy.

Cô bế con lủi vào một ụ rơm. Quần áo ướt sũng, bê bết bùn sình. Đói, khát và sợ. Đứa bé mệt lả, không còn sức để khóc. Hai mẹ con cạn kiệt sinh lực, chìm dần vào vô tri giác. Sáng, chủ nhà ra lấy rơm cho trâu ăn, nhìn thấy thiếu phụ trẻ nằm co quắp giữa đống rơm, trong lòng cô một bé gái đã bất tỉnh, ông ta đến gần cúi xuống, đưa tay lay vai, thiếu phụ trẻ bất động, cô rơi vào hôn mê từ lúc nào. Hoảng hốt, người đàn ông hô hoán. Mẹ con kẻ bất hạnh được dân làng cứu sống. Sau hai ngày sức khỏe dần hồi phục, thiếu phụ trẻ từ giã những nông dân tốt bụng, bế con đón xe ra thị trấn.

Bước xuống chiếc xe đò cọc cạch, thiếu phụ trẻ nhìn quanh, bến xe không lớn, hàng quán lèo tèo, bãi đậu lồi lõm đen bẩn dầu mỡ và rác. Thiếu phụ trẻ đặt bé gái xuống đất, giọng

Quảng Nam nặng,

"Nghỉ một chút, mình đi ăn cơm."

Bé gái níu cánh tay mẹ,

"Con mệt."

"Ăn no sẽ hết mệt, mình tới quán nớ."

Thiếu phụ trẻ cầm tay bé gái đi về phía quán cơm ở cuối bến xe. Quán vắng, ngoài hai mẹ con, chỉ một bàn nữa có khách, đó là người đàn bà ăn mặc hơi diêm dúa, áo hoa nhiều màu xẻ nách, quần mỹ-a láng bóng ôm sát nửa phần dưới màu mỡ, khuôn mặt với nước da màu bánh mật, tóc quăn chấm vai, lưỡng quyền cao, môi son đậm. Người đàn bà nhìn về phía thiếu phụ trẻ cách chăm chú, một lát bà ta đứng lên đi đến bàn thiếu phụ,

"Chắc hai mẹ con từ quê lên?". Người đàn bà hỏi.

"Dạ."

"Con bé phờ phạc thế này…"

Người đàn bà nhìn con bé, tiếp,

"Con bệnh sao?"

"Dạ không… Con đói…"

Người đàn bà thốt kêu,

"Trời…"

Rồi quay về hướng quầy nói lớn sau khi đã hỏi con bé và bà mẹ muốn ăn gì,

"Hai dĩa cơm sườn, thêm mỗi dĩa một miếng sườn nữa, nhanh lên."

Bé gái ăn ngấu nghiến, chừng không kịp nhai. Người mẹ nhìn con, khẽ giọng,

"Từ từ thôi con."

Người đàn bà cười bao dung,

"Mẹ con nói phải, từ từ, không ai dành phần đâu."

Con bé bẽn lẽn, cố giảm tốc độ. Đĩa cơm nhanh chóng được thanh toán. Còn một miếng sườn. Người đàn bà tự động gọi chủ quán mang thêm hai chén cơm chan nước thịt,

"Ăn thêm đi con, cho thiệt no."

Rồi quay sang thiếu phụ, ân cần,

"Em nữa, cũng ăn no vào."

Đợi hai mẹ con uống cạn hai ly trà đá, người đàn bà gọi tính tiền. Thiếu phụ trẻ ngập ngừng,

"Chị, để em..."

Người đàn bà cười,

"Chị bao, đáng gì."

Sau khi thanh toán xong tiền cơm, người đàn bà hỏi thiếu phụ,

"Bây giờ hai mẹ con về đâu?"

Thiếu phụ trẻ lúng túng. Về đâu? Mải lo chuyện no đói, thiếu phụ quên mất điều quan trọng, về đâu? Thị trấn không lớn, nhưng với một người từ nhỏ đến giờ, cuộc đời gắn liền với hai buổi sáng tối đi về chỉ con đường làng ven mương nước dẫn ra cánh đồng mênh mông mùa khô trơ chân rạ, mùa lúa xanh mướt một màu hy vọng. Thế thôi, thiếu phụ nào biết gì hơn nữa!

"Em… em…"

Người đàn bà hiểu ngay, bà ta cầm bàn tay của thiếu phụ, nhỏ nhẹ,

"Tội nghiệp.Thời buổi nhiễu nhương, hoàn cảnh như em không hiếm."

"Dạ…"

Người đàn bà đứng dậy,

"Chị có cửa tiệm kinh doanh nhỏ, đang cần người trông coi để rảnh thì giờ chạy hàng bên ngoài. Về với chị."

Thiếu phụ mừng rỡ,

"Được chị giúp đỡ, em vui quá."

Nắng bắt đầu ngả sang chiều. Gió cuốn rác, lá khô đuổi nhau trên mặt bãi rộng. Một chiếc xe đò từ miền ngoài, Huế, Đà Nẵng, bò chậm vào chỗ đậu. Hành khách lục tục xuống xe. Người đàn bà nói,

"Mình ra đón xe khách, hơi xa một tí, mẹ con em chịu khó."

Thiếu phụ hỏi,

"Ở đâu chị?"

"CL, cách đây chừng 40 cây số."

"Xa rứa à?"

"Một tiếng rưỡi, xa xôi chi."

Tương tự như chiếc xe từ ML ra thị xã, khối sắt này cũng cũ kỹ, sơn tróc lở, tiếng động cơ phì phò, bốn bánh mòn vẹt, bò ì ạch trên đoạn đường dài lồi lõm ổ gà, đến gần chạng vạng mới đến nơi. Thêm một cuốc xe lam về bãi biển SH, nơi có "cửa hàng" của người đàn bà.

Sau một đêm và suốt ngày hôm sau, chứng kiến sinh hoạt diễn ra nhãn tiền, thiếu phụ lờ mờ hiểu, nơi này chả phải "cửa hàng" buôn bán gì, mà là một ổ chứa. Thiếu phụ sợ hãi, muốn trốn thoát. Nhưng biết đi đâu? Vả lại "cửa hàng" luôn có hai thằng ma cô canh gác, chỉ dợm bước ra tới cửa là đã thấy bọn chúng xuất hiện, mặt lạnh tanh,

"Đi đâu?" Một thằng gằn giọng.

"Tôi… tôi…" Thiếu phụ lúng túng.

"Vào ngay, không đi đâu hết."

Trọn hai ngày, người đàn bà ban đầu còn ngon ngọt dỗ dành, dần dần hiện nguyên hình một tú bà đanh đá. Vuốt ve không hiệu quả, người đàn bà trở giọng,

"Ngữ cô, ngoài việc nằm ngửa, thử hỏi làm được gì?"

"Chị ơi, cho em làm chi cũng được, miễn đừng làm…"

Thiếu phụ bỏ lửng câu nói. Người đàn bà cười phá,

"Hahaha… làm gì sướng hơn làm đĩ"

Bà ta chợt nghiêm giọng,

"Nhẹ không ưng, muốn nặng phải không?"

"Tội nghiệp em…"

Người đàn bà cho gọi hai thằng ma cô vào. Cả hai mặt mày bặm trợn, trên ngực và bắp tay xâm chữ, hình quen thuộc. Chữ: ơn đền oán trả, xa quê hương nhớ mẹ hiền. Hình: đầu lâu, xương chéo, trái tim rướm máu.

Người đàn bà ra lệnh,

"Tụi bay dạy con này một bài học coi."

Một thằng nhào tới nắm tóc giật mạnh, thiếu phụ té nhào, ngã ngửa sóng soài trên nền gạch hoa. Nhanh nhẹn, thằng này ngồi lên ngực, thằng còn lại giữ hai chân không cho quẩy đạp. Thằng thứ nhất gằn giọng,

"Mày chịu nghe lời má Tư không hử?"

Thiếu phụ khóc nức nở, nước mắt ràn rụa khắp khuôn mặt tái xanh,

"Em lạy anh, tha cho em… Chị ơi, em còn con nhỏ…"

Một cái tát trời giáng,

"Tha con mẹ mày, nghe lời không?"

"Lạy anh…"

Những cái tát tiếp theo, liên tục, hai má thiếu phụ sưng vù, máu ứa ra từ mép. Người đàn bà nói,

"Con này lì, lôi nhốt vào nhà kho cho tao, bỏ đói, không cơm nước, thử xem nó chịu được bao lâu."

Căn nhà kho chỉ có một cửa tò vò trên cao, ban ngày ánh sáng lọt vào giới hạn. Nơi đây dùng để chứa những vật dụng phế thải, quạt máy hư, nồi cơm điện hỏng, cái ghế gãy chân... Ẩm thấp, tối tăm, bụi bặm và mạng nhện giăng đầy. Thiếu phụ bị ném ngã sóng soài trên nền *ciment* ngập rác. Đau, kiệt sức, sợ hãi, thiếu phụ chực muốn ngất. Chợt có tiếng khóc ré, tiếp theo là bé gái, Huệ, đứa con tật nguyền, cũng bị ném vào. Thiếu phụ vùng dậy,

"Huệ, con tui…"

Thiếu phụ ôm con vào lòng. Huệ khóc nất,

"Mẹ ơi, con sợ…"

"Có mẹ đây, đừng sợ."

Tuy nói thế nhưng thiếu phụ hiểu bảo vệ bản thân chưa xong, cách gì bảo vệ được con. Thiếu phụ nhớ đến cuộc thảm sát ở quê nhà. Giết tróc, tra tấn, hãm hiếp, nhà cửa rụi tàn trong lửa đỏ, khói cuộn đen bầu trời, con mương ngập xác người, máu lềnh mặt nước. Vậy nhưng vẫn có thể thoát, bằng chứng, thiếu phụ đã thoát. Nào hay tránh vỏ dưa gặp vỏ dừa, thiếu phụ không ngờ bị rơi ngay vào một địa ngục khác.

Đêm dần xuống, bóng tối phủ trùm căn phòng, tiếng muỗi vo ve, càng lúc càng nhiều.

"Mẹ ơi, con đói và khát."

Trong bóng tối, tiếng khóc của Huệ tắt nghẽn, khàn đục, Thiếu phụ ôm chặt con, cố dỗ dành, nhưng vô hiệu. Sang ngày thứ hai, tiếng khóc của Huệ nhỏ dần, không còn đủ sức than van. Nửa đêm con bé lả người trong lòng mẹ, tiếng khóc chỉ ri rỉ, cuối cùng xuôi người, im tiếng. Thiếu phụ kinh hãi gào lớn,

"Cứu… cứu con tui…"

Cửa phòng xịch mở, một thằng ma cô thò đầu vào,

"Gì thế bà nội?"

"Con tui xỉu."

Thằng ma cô đóng cửa, đi tìm thiếu phụ báo cáo. Bà ta đến nhà kho, từ ngoài hỏi vào,

"Muốn cứu con bé hả?"

"Dạ, chị ơi, con bé đói và khát quá, chịu không nổi."

Người đàn bà ra điều kiện,

"Bằng lòng nhé, chẳng những con bé được cứu mà cô cũng sướng thân."

"Chị ơi, thương em."

"Thì thương chị mới mở đường cho em, không thấy à?"

"Chị ơi…."

Thiếu phụ nghẹn ngào. Người đàn bà thở dài tỏ vẻ cám cảnh, nhưng cũng đóng cửa, quay lưng. Thiếu phụ nhìn con bé bất động thiêm thiếp, không chịu nổi, gào lớn,

"Em bằng lòng…"

Con bé được cứu sống, thiếu phụ được săn sóc kỹ, tắm rửa, trang điểm, thay quần áo mới. Tuy chưa tẩy hết chất phèn còn bám trên nhân dáng và lời ăn tiếng nói, nhưng nhất thời trông khá hơn nhiều so với ngày mới tới. Vài tháng nữa, ăn sung mặc sướng, không công lên việc xuống nặng nhọc, thiếu phụ cầm chắc sẽ khá hơn nhiều, người đàn bà nghĩ.

Hai mẹ con được cho ở một phòng riêng, cũng là nơi người mẹ tiếp khách. Mỗi lần có mối, Huệ bị đuổi ra phòng khách hoặc ngoài sân sau. Khách vùng này hầu hết là lính Địa phương quân, Biệt động quân, thỉnh thoảng một vài lính Mỹ do bạn bè Việt dẫn tới.

Những ngày đầu tiên sau các lần bán thân xác, thiếu phụ

luôn vật vã đau đớn. Khi khách đã đi, thiếu phụ nằm bất động, nhìn xuống cơ thể trần truồng, nhìn gò tình còn nhầy nhụa sinh khí của khách, nhìn hai trái ngực vừa bị khách dày vò, bú nút, thiếu phụ tủi nhục, bật khóc, mặt đầm đìa nước mắt. Nhưng dần dần thiếu phụ cũng hiểu ra, sẽ không thể khác hơn, đành nghiến răng chấp nhận số phận, với an ủi què quặt, cuộc đời mình xem như đã hết, phải sống để nuôi con.

*

Mẹ con Ngà, tên thiếu phụ, đã ở đây năm thứ hai, Huệ vừa đến tuổi vào trường. Một hôm Ngà nói với người đàn bà,

"Em bằng lòng bớt thêm 20% huê hồng nếu chị cho con em đi học."

Người đàn bà tròn mắt,

"Đi học, em có khùng không? Nó như rứa, học làm chi?"

"Vì nó như rứa nên cần phải học."

"Tao không hiểu."

"Con em chẳng may tật nguyền, sẽ khổ vô cùng nếu thiếu chữ nghĩa để có công việc tốt nuôi thân."

Người đàn bà cười khẩy,

"Chà, sâu sắc gớm. Thôi được, tao bằng lòng, nhưng bớt thêm 10% nữa, chịu không?"

Ngà suy nghĩ, không hy vọng thắng nếu cò kè với người đàn bà này, nên phân vân một lát, Ngà gật đầu. Người đàn bà nói,

"Chuẩn bị đi, tuần sau đi chung với con Ái Hoa, thằng Sỏi sẽ chở."

Ái Hoa là con út của người đàn bà, đã đến trường được hai năm. Con bé giống mẹ, mạnh mẽ, nhanh nhẹn, song khác mẹ, vui vẻ, cởi mở, thân thiện. Biết Huệ cũng đi học, con bé vui, mặc nhiên đảm trách nhiệm vụ vệ sĩ tích cực khi Huệ bị bắt nạt.

Đã tật nguyền lại nhút nhát, Huệ vô hình chung biến thành tấm bia lý tưởng cho bọn con trai bắn phá. Có lẽ mang "gin" mẹ, Ái Hoa quyết liệt, xông xáo, nam tính, sẵn sàng thi thố nắm đấm với bất cứ tên nào muốn so tài. Nhờ vậy, Huệ được yên thân.

Thằng ma cô chở hai cô bé đến trường bằng chiếc Honda 67 đã khoét ống khói, tiếng nổ dòn dã vang dội, và vọt nhanh khi hắn chỉ nhấn nhẹ chân ga. Huệ ngồi giữa, Ái Hoa ngồi sau, vòng tay ôm eo ếch thằng ma cô. Đường từ nhà đến trường khoảng ba cây số, ngang qua khu phố dọc bờ biển với rất nhiều *bar* rượu dập dìu gái buôn hương, lính tráng đủ sắc phục. Xanh màu cứt ngựa, mũ rộng vành; Rằn ri xanh đen, mũ nồi màu nâu đội lệch. Không thiếu lính Mỹ, Đại Hàn. Tất cả đều rất trẻ, chỉ trong ngoài hai mươi.

Qua khỏi khu phố, xe chạy êm trên con lộ sát bờ biển, gió từ khơi xa thổi rát mặt. Mặt biển lấp lánh dưới ánh nắng đầu ngày, vài cánh buồm vươn cao, dãy núi thẫm đen mù trong sương sớm. Ái Hoa hỏi Huệ, tiếng nói bị gió dạt bay,

"Hôm qua có đứa nào ăn hiếp Huệ không?"

"Có một đứa, nhưng Huệ dọa Ái Hoa sẽ không tha, nó cụt vòi, hết dám hó hé."

Ái Hoa cười khanh khách,

"Hahaha… Bọn ranh ni Ái Hoa chỉ ho đã chạy cong đít."

Thằng Sỏi là tên ma cô đã từng "dạy" Ngà bài học ngày mới đến. Ngoài việc đưa đón hai đứa bé, thằng này theo lệnh người đàn bà ngầm kiêm thêm nhiệm vụ giám sát Huệ, không cho con bé tiếp cận với người lạ. Tai vách mạch rừng. Nguy hiểm.

Ngà mừng rỡ. Không ra ngoài được, đành nhờ người mua sắm ba lô, sách vở, bút mực, cũng như sắm thêm cho con hai bộ đầm tươm tất.

Ngà nghĩ, cuộc đời mình coi như đã hết, nguồn sống của

Ngà bây giờ là Huệ. Thiếu phụ sẵn sàng hy sinh tất cả, miễn lo được cho con. Như đã tỏ bày với người đàn bà, Huệ phải ăn học để có điều kiện hơn hầu thoát khỏi cảnh sống bao năm nay cột chân mẹ con Ngà trong cơ cực, tủi nhục, đồng thời là sức bật giúp Huệ vượt qua thân phận tật nguyền quái ác.

Nhiều đêm ôm con vào lòng, Ngà nhìn ra ngoài, qua cửa sổ rộng mở, trời đêm mùa hè dường như cao hơn, sáng hơn, nhánh lá tán cây lớn sà sát thành cửa đong đưa trong gió nhẹ. Ánh điện trên mái hiên tỏa màu sáng vàng đục, vô số thiêu thân nhào vào bóng đèn, rớt đầy sân *ciment*, Ngà cám cảnh, ánh đèn và những con thiêu thân! Ngà nào tha thiết, ham muốn gì cuộc sống nhầy nhụa này! Nhưng biết làm sao, phần số Ngà đã thế, phải thế, chỉ mong con thoát được kiếp đời khốn khổ này. Ngà vuốt tóc con, thủ thỉ,

"Ráng nghe con, ráng học, mai sau đỡ khổ."

Huệ dụi mặt vào ngực mẹ, cánh tay vòng kiềng quàng qua người Ngà, từ thân thể thiếu phụ tỏa ra hơi nóng hâm hấp, Huệ dạ nhỏ,

"Mẹ đừng lo, con học được mà."

"Mẹ chỉ mong rứa, có tí chữ nghĩa, đời bớt khổ."

"Mẹ ơi!"

"Chi rứa con?"

"Răng mình ở đây? Con thấy kỳ kỳ."

Ngà thở dài,

"Con không hiểu đâu, chẳng thể khác được."

Làm sao Ngà nói cho con hiểu, nghĩa nào đó, hai mẹ con Ngà không khác chi hai tù nhân chung thân, chỉ hy vọng sau này lớn lên Huệ sẽ tự tìm biết và thoát được hoàn cảnh hiện tại. Đêm sâu, gió bên ngoài trở lớn, gây lạnh. Ngà kéo tấm chăn mỏng đắp kín hai mẹ con,

"Ngủ đi, ngày mai còn đi học."

Huệ nhắm mắt, hình như có tiếng chim đập cánh, tiếng động như hư như thực, âm vang vọng đến từ cõi xa. Gợi nhớ đêm nào, dưới đụn rơm, cũng tiếng đập cánh của chim đêm trên cành mù u cạnh giếng nước, tiếng động không mơ hồ như bây giờ, mà mạnh mẽ, rõ mồn một. Phần ngồi cạnh, mùi đàn ông thoang thoảng ngập khứu giác, Phần hỏi,

"Rằm tháng sau anh nói mẹ bưng trầu cau qua nhà em dạm hỏi, được không?"

Ngà lí nhí,

"Em không biết."

Phần quàng tay qua vai Ngà, kéo ngã tấm thân người tình vào lòng,

"Cho anh hôn."

Phần cúi xuống, lúng túng áp môi trên môi Ngà, cái hôn vụng về nhưng cũng làm Ngà sượng sần, khắp người nổi gai. Ngà khẽ cựa mình, hạt nút bấm trên cùng bật ra, khoảng ngực trắng nhờ phơi lộ dưới ánh sáng của trời đêm mùa hè, tuy không trăng nhưng chi chít sao. Phần dời môi xuống sâu, qua cổ, dừng lại trên phần da thịt hâm hấp nóng, cảm nghe mùi thơm trinh nữ lan tỏa, chuyền qua môi, chạy khắp toàn thân, Phần nói qua hơi thở gấp,

"Cho anh nghe?"

"Không được mô."

"Được mà, anh yêu em."

"Yêu chi lạ rứa?"

Phần không trả lời, tiếp tục điều khiển đôi môi lăn chậm trên hai bầu ngực, vượt khoang bụng phẳng, đậu miệt mài trên thảm cỏ mượt, mùi hương ngai ngái làm Phần ngây ngất, không kiểm soát nổi hành vi, Phần mạnh dạn tụt chiếc quần mỹ- a, vùi mặt vào rãnh cấm. Ngà oằn mình, thốt kêu,

"Anh… Đừng…"

Nhưng Ngà không thực hiện nổi động thái phản kháng, tuy luôn miệng nói "đừng", thân xác Ngà vẫn sượng trân, tê điếng, cảm giác rần rật chạy theo đường môi của Phần lăn hối hả khắp hạ thể,

"Anh ơi… Đừng mà…"

Đừng mà! Ngà nói, không biết mình nói gì. Phần nghe, cũng không hiểu mình nghe gì. Cả hai đã mù, điếc, tri giác đã rời bỏ họ. Cuối cùng, Ngà đã trao thân cho Phần đêm ấy, dẫn đến đám hỏi, rồi đám cưới bốn tháng sau.

Và chỉ đúng ba ngày ba đêm, Phần lên đường theo tiếng hẹn nào đó của tổ chức Phần đã là đồng chí từ lâu. Cuộc ra đi ấy, buồn thay, đã vĩnh viễn thành cuộc biệt ly, sẽ không bao giờ nữa Ngà có hy vọng gặp lại chồng. Một đồng đội của Phần một hôm ghé qua làng báo tin Phần đã ngã xuống trong một xó rừng giữa trùng điệp Trường Sơn bạt ngàn, xác vùi sâu trong đất, không quan tài, không nhang khói, không họ hàng thân thích. Những cái chết oan khiên, những cái chết tức tưởi, những cái chết của lớp lớp thanh niên, lên núi vào rừng, vào quân trường QT, DM, ĐĐ, TĐ. Họ đã chết cho cái gì? Ngà không biết, không đủ sức biết. Chỉ biết hệ quả của những cái chết ấy là làng xóm tan hoang khắp mọi miền đất nước, trong rừng sâu núi thẳm, dưới lòng mương lềnh máu, trên đường làng, bên rào kẽm gai, trong ngục tù, và giờ đây, Ngà trở thành một con đĩ, nuôi thân, nuôi con bằng cái vốn trời cho. Cái vốn ngày nào Ngà đã trao cho Phần, dưới ụ rơm, trong tiếng chim vỗ cánh giữa tán mù u và bầu trời chi chít sao. Cái vốn những tưởng sẽ chỉ một mình Phần sở hữu, suốt đời, cho đến ngày cả hai, kẻ trước người sau, vùi sâu trong đất. Thế mà! Làm sao ngờ được! Ngà siết chặt vòng ôm, Huệ đã ngủ, khuôn mặt với vầng trán rộng, mũi túi mật, môi dày, hao hao giống Phần. Ngà nghẹn ngào thổn thức,

"Em nhớ chồng."

Bất giác những giọt nước mắt ứa ra. Ngà vùi mặt vào gối.

Đêm đang chuyển sang ngày. Bầu trời ngoài cửa sổ dần ửng sáng.

Thạnh cột dây giày *saut* xong đứng dậy, dẫn chiếc Honda 67 ra sân, trở vào khóa cửa rồi lên xe chạy thẳng đến động của người đàn bà. Như mọi tháng, mới lĩnh lương hôm qua, việc đầu tiên Thạnh phải làm ngay là đến động tìm Ngà "xả xú bắp", thói quen này hình thành sáu tháng trước, lần đầu tiên Thành "đi" với Ngà. Không đẹp nhưng cao ráo, da thịt màu mỡ, nhất là cử chỉ, hành vi, ngôn ngữ khác hẳn với các đồng nghiệp, đã tạo cho Thạnh một ấn tượng tốt, để rồi lần sau, lần sau nữa, mỗi lần đến động, Thạnh đòi cho được món hàng Thạnh kết là Ngà.

Dựng xe ngoài chái hiên, Thạnh nhảy từng bước dài vào phòng khách, người đàn bà ngước nhìn, cười rất tươi,

"Mới lĩnh lương phải không?"

"Còn hỏi, chị rành sáu câu mà."

"Con Ngà trong phòng."

Người đàn bà hất hàm về phía cánh cửa gỗ lá sách sơn xanh, Thạnh đến, đưa tay gõ nhẹ, tiếng hỏi từ trong,

"Ai đó?'

"Anh, Thạnh đây."

"Đợi chút, em vừa tắm xong, đang thay đồ."

Không lâu, cửa mở. Ngà hơi nhích người sang bên cho Thạnh bước vào. Trong bộ quần áo bằng xoa mỏng ôm sát tấm thân đẫy đà trông Ngà khác hẳn ngày mới đến. Đúng như tiên đoán của người đàn bà, hết dầm mưa dãi nắng, hết gánh vác nặng nhọc, hết xẻ mương, khai dòng, hết phạt cỏ, đắp bờ, chỉ ăn ngon mặc đẹp. Chẳng khác gì những con gà chọi được nuôi nấng chăm sóc kỹ lưỡng, Ngà giã từ hẳn mọi công việc cực nhọc cũ, suốt ngày quẩn quanh trong diện tích nhỏ hẹp là căn phòng ba thước vuông. Chiếc giường, bàn trang điểm, tủ quần áo, vài vật dụng cần thiết. Công việc duy nhất Ngà phải làm là phục vụ khách làng chơi. Càng phục vụ chu đáo khách càng nhiều, thu nhập càng lớn, huê hồng được chia càng cao. Bài toán theo tỷ lệ thuận này Ngà đã nằm lòng từ khi nhận ra mình không thể khác hơn, mọi sự đinh mệnh đã an bài. Vậy, để tồn tại tốt, cho hai mẹ con, Ngà phải thích nghi.

Thạnh nhìn Ngà, mái tóc ngang vai còn ướt, đôi bông tai bằng đá giả kim cương lấp lánh, khoảng ngực trắng lộ ra dưới cổ áo rộng đổ xuống hai bầu ngực lớn, đổ xuống sâu hơn, hai hông rộng, gò tình nhô cao sau lớp vải mỏng bó sát, Thạnh bước nhanh đến vật Ngà ngã xuống giường, hôn tới tấp khắp mặt, rồi vội vã mở hàng nút bấm giữa hai tà áo, Ngà không mặc nịt vú, Thạnh vùi mặt vào khoảng trũng giữa hai gò cao, hít sâu, Ngà ôm đầu Thạnh nói khẽ,

"Từ từ, làm gì như lính tẩy rứa."

"Nhớ em quá."

"Xạo."

"Thiệt mà, lĩnh lương xong anh vù ra đây ngay."

Ngà cười khúc khích,

"Đưa hết đây em giữ cho, khi nào vã có mà xài."

"Có lý, anh giữ, nhậu nhẹt hết biến, làm sao gặp em."

Sau trận tình, Thạnh nằm ôm Ngà tâm sự,

"Phải chi có tiền anh sẽ chuộc em ra."

"Chuộc ra để làm chi?"

"Đem em về làm vợ."

"Dám lấy đĩ làm vợ à?"

"Người ta nói thà lấy đĩ làm vợ, thiếu chi vợ đi làm đĩ,

không công khai thì cũng lén lút thậm thụt."

"Nói nghe ghê, làm chi có chuyện nớ."

Thạnh xoa bàu ngực Ngà,

"Anh thương em, thiệt đó, anh biết em vì hoàn cảnh sa chân vô chỗ ni, lòng em chẳng muốn."

Ngà thở dài,

"Anh nói đúng, em muốn thoát ra tìm một cái nghề lương thiện đủ tiền nuôi hai mẹ con và cho Huệ ăn học đến nơi đến chốn. Nó bất hạnh, không vẹn toàn như người ta, nếu không chữ nghĩa, đời nó sẽ khổ lắm."

Người đàn bà từ ngoài nói vọng vào,

"Sao lâu rứa, con Ngà còn tiếp khách khác."

Thạnh trả lời, giọng lớn không kém,

"Tôi trả tiền gấp đôi, bà chủ khỏi lo."

"Rứa thì được."

Tiếng chân rời chỗ đứng, hướng về phía phòng khách, Ngà ngập ngừng,

"Anh à..."

"Chi rứa em?"

"Mình tìm cách trốn."

Thạnh bật ngồi dậy,

"Rứa mà không nghĩ ra, dở quá."

Hai người bàn bạc, tính toán, cùng lập một kế hoạch khá cẩn thận, chu đáo. Nếu mọi chuyện thuận lợi, Ngà và con sẽ thoát khỏi nơi này, sẽ theo Thạnh về đơn vị của Thạnh, khu vực quân sự an toàn, người đàn bà dù biết cũng không thể làm gì được.

Thạnh ân ái với Ngà một lần nữa trước khi rời động.

Chiếc Honda 67 chạy êm trên con lộ dọc ven biển, gió đưa hơi muối mặn từ khơi xa phủ đầy bầu khí lồng lộng. Dù đã hai lần ân ái, Thạnh nghĩ vẫn có thể thêm lần nữa. Bất giác Thạnh cười thành tiếng, người nữ này như ma túy, càng gần càng nghiện.

Thạnh soát lại những tính toán đã trao đổi với Ngà. Mãi lo chuyện đào thoát của mẹ con Ngà, doanh trại đã hiện ra trước mắt lúc nào không hay. Cổng đơn vị rộng mở cho chiếc GMC bò chậm vào, Thạnh len chiếc Honda vào trước, dừng trước dãy nhà mái tôn, vách ván dài dành cho quân nhân độc thân, Thạnh mỉm cười, nghĩ, nếu kế hoạch mỹ mãn, Thạnh sẽ thuê một căn nhà nhỏ quanh vùng này, nghe nói không khó tìm.

Lục túi rút mảnh giấy, Thạnh đọc lại. Vài dòng chữ của Ngà. Những dòng chữ này sẽ là công cụ giúp Thạnh thực hiện công việc. Lạy trời mọi chuyện sẽ tốt đẹp, Thạnh khấn thầm.

*

Thạnh nhìn đồng hồ, đã tám giờ, phải đi sớm cho chắc, Thạnh tự nhủ. Chiếc Honda mới thay nhớt và kiểm tra máy móc hôm qua, tiếng nổ êm, nhẹ nhàng lướt trên mặt lộ rộng về hướng ngôi trường, nơi Huệ đang học. Vẫn con lộ ven bờ biển nhưng hôm nay dường như khác hơn, Thạnh chạy chậm, nhìn cồn cát trắng trải dài, những bụi cây dại, những nhánh xương rồng rải rác khắp các đụn cát cao, in rõ trên nền mây nõn buổi sáng nắng trong, Thạnh cảm nhận vẻ đẹp tuy hoang sơ nhưng thân thiện dường bao. Con đường này đã bao lần đưa Thạnh đến động của người đàn bà, nhưng chưa lần nào Thạnh để ý đến cảnh quan. Trong đầu Thạnh chỉ thuần nhất hình ảnh Ngà, đôi mắt buồn, giọng Quảng quen thuộc tỉ tê tâm sự về thân phận, về đứa con bất toàn, về thảm kịch hai mẹ con đã nếm trải; Đó là những hình ảnh mãi mãi hằn sâu trong ký ức như những vết cắt lớn trên da thịt, cho đến ngày xuôi tay vẫn còn đó, theo vào lòng đất: Ngôi làng bị bằm nát, cháy ngút, tan hoang; Con mương chồng chất xác người lềnh đỏ; Thi thể đâm đìa máu của những đàn bà, thiếu nữ trần truồng, bộ phận sinh dục nhầy nhụa, bị bắn chết sau khi bị cưỡng bức. Ruộng lúa ngập bùn, đụn rơm mẹ con Ngà đã ngất. Và với hai đĩa cơm sườn, người đàn bà dễ dàng đẩy hai mẹ con Ngà vào bẫy. Tiếp theo là bao nhiêu tủi cực… Thạnh đã nghe nhiều lần đến thuộc lòng từng chi tiết. Vậy mà chưa bao giờ Thạnh có ý nghĩ giải cứu mẹ con Ngà khỏi ngục tù kia, cho đến khi Ngà gợi ý. Mình ngu thực, Thạnh tự trách.

Thạnh vừa lo vừa vui. Lo vì không biết nếu kế hoạch không thành, hậu quả khó lường, Thạnh nghĩ đến hai thằng ma cô và trận đòn Ngà sẽ gánh, lòng Thạnh quặn đau. Vui vì nếu thành công Ngà sẽ là của Thạnh, của riêng Thạnh, vĩnh viễn. Trong tâm Thạnh chưa từng xem Ngà như một gái làng chơi. Nhìn cử chỉ, nghe tiếng nói, Thạnh cảm nhận được cái mộc mạc, quê mùa của ruộng đồng, của nồi cơm trách cá, của vườn tược, rau trái. Chất phèn có thể sẽ nhạt trên thân xác, nhưng chắc tồn tại khó phai trong suy nghĩ, qua cung cách hành xử. Thạnh tin Ngà sẽ trở lại bản chất nguyên thủy nếu có điều kiện. Nhưng, như Ngà, Thạnh cũng xuất thân từ đồng ruộng, vốn chân chất, không suy nghĩ sâu xa, gợi ý của Ngà khiến cả hai bừng tỉnh. Ừ nhỉ, chuyện giản dị quá mà!

Thành chạy chậm lại, rẽ vào con đường hẹp, ngôi trường là một dãy nhà dài gồm nhiều phòng nằm giữa sân rộng, sau hàng rào thấp, dưới bóng mát của bốn cây bàng lớn trồng bốn góc sân. Phòng hành chính nằm giữa dãy nhà. Thạnh dựng xe ngoài hiên, bước vào văn phòng. Một thiếu phụ ngồi sau bàn giữa phòng ngước nhìn, Thạnh mở lời,

"Chào cô."

"Chào anh, anh cần gì?"

"Thưa, tôi muốn đón em Huệ về sớm có việc nhà."

Và đưa tờ thư của Ngà. Thiếu phụ nhận tờ thư, đọc, "Thưa quý thầy cô, anh này là bác của em Huệ, đến đón em xin về sớm, hôm nay đám giỗ của ông nội cháu. Cảm ơn quý thầy cô."

Thiếu phụ ngước nhìn Thạnh cười thân thiện,

"Anh chờ chút."

Và đứng dậy ra cửa đi về hướng một lớp học phía trái. Năm phút sau thiếu phụ trở lại, theo sau là Huệ. Thiếu phụ quay nghiêng, nói với Huệ,

"Bác đến đón con về sớm."

Huệ nhìn Thạnh mỉm cười. Đã được mẹ dặn trước nên Huệ không ngạc nhiên.

Thạnh chở Huệ đến một quán nhỏ cách động của người đàn bà khoảng 15 phút, gọi ly cam cho Huệ và cà phê đá cho mình. Người phục vụ chưa kịp mang thức uống ra, Thạnh đã đứng dậy, nói,

"Con ngồi đây chờ, bác đến đón mẹ con. Đừng đi đâu nhé."

"Dạ."

Thạnh đến động. Nguờn đàn bà nhìn Thạnh, vui vẻ,

"Đến sớm vậy."

Thạnh mở bóp vất lên quầy xấp tiền dày cộm, dễ chừng ngót tháng lương,

"Hôm nay chị cho tôi mượn Ngà nửa buổi, tôi muốn đón Ngà đi coi phim."

Nguờn đàn bà liếc nhìn xấp tiền,

"Chà, bữa ni bảnh đa, để chị hỏi Ngà muốn đi không."

Bà ta quay vào trong gọi lớn,

"Ngà ơi."

Ngà mở cửa đi ra. Thạnh nhìn Ngà tiến tới, dáng chậm rãi, người hơi đẫy đà, trông Ngà mang dáng dấp một người vợ no đủ vật chất, Thạnh cảm thấy lòng xao động, nghĩ đến thời gian sắp tới, nếu kế hoạch thành công, cuộc sống của Thạnh sẽ đổi khác, không còn cơm hàng cháo chợ, không còn lang thang từ động này đến khu làng chơi khác. Hạnh phúc biết bao nhiêu.

Ngà tới trước quầy, lên tiếng

"Chị kêu em?"

Người đàn bà chưa kịp trả lời, Ngà quay sang Thạnh,

"Anh mới tới?"

Hôm nay Ngà mặc áo cánh sát nách, cổ trái tim xẻ sâu e ấp hai gò ngực, quần thun bó sát, gò tình phì nhiêu vun cao, Thạnh choáng váng, nhưng trấn tĩnh ngay, cười,

"Mới."

Người đàn bà nói với Ngà,

"Thạnh muốn mời em đi coi phim."

Ngà làm ra vẻ không hứng thú,

"Buổi sáng mà coi phim coi bộ không hợp."

Thạnh nói ngay,

"Thứ nhất, anh chỉ rảnh buổi sáng, thứ hai, buổi chiều em luôn bận rộn, đi khó khăn."

Người đàn bà nghĩ đến xấp tiền bà ta vừa bỏ vào ngăn kéo. Cho Ngà đi một buổi, được số tiền này, lời chán. Con Huệ đang ở trường, thằng ma cô sẽ đưa về, Ngà thương con, chắc chắn không bỏ trốn. Bà ta sốt sắng phụ họa,

"Thạnh nói đúng đấy, đi đi, con. Huệ sẽ được thằng Nam đón về, chị coi cho."

Ngà biết người đàn bà nhắc đến con mình, Huệ, ngụ ý như một lời cảnh cáo, con mày đang trong tay tao, đừng dại trốn, không khá đâu.

Huệ hỏi Thạnh:

"Xuất tới mấy giờ anh?"

"Mười giờ đến mười một giờ bốn mươi."

"Anh rành gớm hỉ."

Thạnh cười,

"Anh rảnh, thường đi coi phim nên thuộc giờ giấc lắm."

"Rứa thì đi liền kẻo không kịp."

Hai người ra xe, Thạnh chở Ngà đến quán cà phê đón Huệ. Thành chạy thật nhanh về trại, Ngà nói, gió bạt tiếng Ngà bay ngược, tan nhanh vào đồi cát chập chùng,

"Chậm chậm thôi anh, lỡ tai nạn."

"Yên trí, không sao đâu, đến trại sớm cho an toàn."

Thạnh không vào doanh trại, chạy thêm một đoạn ngắn, rẽ trái đến khu gia binh. Đây là một diện tích rộng nằm trong rào kẽm gai bao quanh, gồm bốn dãy nhà dài, song song, mỗi dãy cách nhau khoảng mười thước. Giữa hai dãy trồng hàng cây bã đậu đầy gai. Có lẽ người ta trồng loại cây này nhằm ngăn trẻ em leo trèo. Khu trại cất đã lâu, cũ kỹ và có vẻ thiếu vệ sinh, nhất là nhà xí tập thể cuối khu, bốc mùi hôi khai nồng nặc. Thạnh nói,

"Ở tạm vài hôm, anh sẽ tìm thuê nhà bên ngoài, khá hơn."

Thạnh đưa mẹ con Ngà vào căn cuối dãy ngoài cùng. Chủ nhân là một thiếu phụ chừng 24, đi ra đón khách. Nhìn mẹ con Ngà, chị ta cười, nói với Thạnh,

"Cô ấy phải không?"

Chiều hôm qua Thạnh đã đến gặp và trình bày mọi chuyện với Bích, tên của gia chủ, nhờ giúp bước đầu. Bích là vợ của một một người lính, bạn Thạnh, đã tử trận nửa năm trước. Bích vui vẻ nhận lời. Cô ta chưa có con, nhà chỉ một mình, buồn, có thêm mẹ con Ngà, chắc vui.

Thạnh gật đầu, giới thiệu,

"Phải, đây là Ngà và Huệ, con của Ngà."

Chỗ trú ngụ tạm yên, Thạnh vay mượn thêm của anh em tiền mua sắm quần áo, nồi niêu song chảo, chén đũa… Nói chung, mọi vật dụng thiết thân nhằm tạo dựng một gia đình. Huệ hỏi mẹ,

"Ai chở con đi học?"

Thạnh vuốt tóc Huệ,

"Con sẽ học trường mới, gần đây, đi bộ được."

"Con không chịu đâu, con muốn học chung trường với Ái Hoa."

Ngà dỗ dành,

"Xa lắm con, trường này gần, vài bữa quen, thiếu gì bạn mới."

Huệ nghĩ đến những bạn mới, chắc chắn sẽ bắt nạt chọc ghẹo, Huệ sợ. Ngà và Thạnh phải thuyết phục rất lâu Huệ mới tạm nghe.

*

Thạnh định ra ngoài tìm thuê nhà mới, nhưng Bích nói nên ở chung với Bích, tiện lợi nhiều bề. Chỉ cách nửa cây số là trường tiểu học dành cho con em quân nhân. Chợ búa cũng gần, chỗ ở không mất tiền, tiết kiệm được bộn bề phí tổn. Riêng Bích có thêm bầu bạn, bớt cô đơn.

Cuộc sống mới thay đổi hẳn thói quen của Thạnh, thói quen thường có của một thanh niên độc thân, ngồi quán, cà phê, thuốc lá, đấu láo, lang thang hết bàn nhậu này sang tửu điếm khác, tụm năm tụm ba xì phé bài cào, xập xám chướng...

Ngà trở về nếp sống của một thiếu phụ chân quê. Đi chợ, nấu ăn, giặt giũ, lo cho con, cho chồng từng bữa cơm, giấc ngủ, Ngà dần lấy lại thiên chức làm vợ, làm mẹ tưởng chừng không bao giờ nữa Ngà tìm lại được. Đêm nằm cuộn tròn trong lòng Thạnh, áp môi trên khuôn ngực người chồng trẻ, Ngà thủ thỉ,

"Em hạnh phúc."

Thạnh vuốt mái tóc dày, nâng khuôn mặt vợ, nhìn sâu vào đôi mắt long lanh tia sáng hài mãn,

"Anh cũng thế, anh yêu em."

Ngà rà môi tìm vú chồng cắn nhẹ,

"Thích không?"

"Thích, anh thích lắm."

Ngà hôn khắp ngực Thạnh, ngậm núm vú nút mạnh, Thạnh cong người nói nhỏ,

"Nằm ngược lại, áp lên miệng anh."

Ngà cười khúc khich,

"Áp gì?"

"Còn hỏi, giả nai."

Phần Huệ, dần dần cũng thích nghi.

Ngôi trường mới tuy không lớn bằng trường cũ, nhưng bạn bè ở đây thân thiện hơn. Có lẽ tất cả là con em của quân nhân, đều thuộc giai cấp bình dân, nên dễ cảm thông, Huệ không bị chọc ghẹo như ở trường cũ. Chính xác hơn, những ngày đầu cũng không tránh khỏi vài lời bỉ thử, nhưng đã bị các cô thầy nghiêm khắc chận lại ngay. Môi trường quân đội có khác!

Như thế đó, họ đã có những tháng ngày tuyệt vời. Những tháng ngày của một đôi vợ chồng yêu nhau đằm thắm, không tham vọng. Thạnh và Ngà chỉ mong sẽ như thế, mãi mãi.

Nếu cuộc đời bằng phẳng như ước mơ thì làm gì có thảm kịch, làm gì có những kiếp người trầm luân! Trong một cuộc hành quân vào mật khu địch năm năm sau, Thạnh bị thương nặng. Cánh tay phải và hai chân bị mảnh B40 phạt trúng, tạo thành những vết thương sâu, rộng miệng. Thêm một mảnh vạt nửa má, nếu được đắp thịt, tạo hình, cũng sẽ có vết thẹo lớn, dị dạng! Chiến trường còn đang giao tranh quyết liệt, thương binh không thể cáng ra lộ lớn để chở về thành phố nhập viện. Ba ngày đêm nằm trong rừng già ẩm thấp, muỗi mòng, khí hậu ban đêm lạnh buốt, ăn uống kham khổ, khiến sức lực suy kiệt. Đã thế lại thiếu thuốc men, vết thương nhiễm trùng, sưng tấy, thịt thối rữa. Khi về được thành phố đành cưa bỏ cả hai chân và cánh tay. Suốt hai tháng dài Ngà lo toan vừa xong việc nhà, đã vội vàng đón xe lam đến bệnh viện thăm nuôi. Tất bật như con thoi, người gầy rạc, bơ phờ.

Nhìn chồng giờ chỉ như khúc chả lụa khổng lồ chằng chịt bông băng bất động trên giường, Ngà đau đớn trào nước mắt, Thạnh dương đôi mắt đục nhìn vợ, giọng thều thào,

"Anh làm khổ em."

Ngà cầm bàn tay còn lại của chồng siết nhẹ,

"Đừng suy nghĩ lung tung nữa."

"Em à."

"Anh làm khổ em."

"Thiệt tình, đã biểu không suy nghĩ lung tung nữa mà."

Thạnh thở dài xoay mặt nhìn qua cửa sổ, nắng chiều xuyên qua những tán lá xanh um của cây sầu đông, nhảy múa trên hành lang rộng bọc quanh dãy nhà dài, dùng làm các phòng của thương binh. Thạnh nghĩ đến những tháng năm sắp tới, chắc chắn mình sẽ là một gánh nặng, quá nặng cho Ngà, Thạnh cảm thấy tức thở.

Đút cơm cho Thạnh ăn xong, Ngà đứng dậy,

"Em phải về lo cơm nước cho Huệ, tối ngủ ngon nhé, sáng mai em vào."

Thạnh nhìn Ngà không trả lời, ánh mắt buồn như sắp trào nước mắt. Ngà cúi hôn lên vầng trán Thạch, nhỏ nhẹ,

"Nghỉ đi, em về."

Nhìn Ngà khuất góc nhà, bất giác nước mắt lại trào ra.

Sáng hôm sau Ngà vào, Thạnh còn ngủ. Ngồi đợi hơn nửa tiếng Thạnh vẫn chưa dậy, Ngà gọi,

"Anh ơi."

Im lặng.

"Anh à." Ngà lại gọi.

Vẫn im lặng. Ngà đưa hai ngón tay sát hai lỗ mũi, Ngà rút tay lại rồi đứng bật dậy, chạy ra cửa, nhìn dáo dác phải trái dọc hành lang, vụt la lớn,

"Y tá!"

Một y tá từ phòng bên cạnh xuất hiện,

"Gì thế?"

Ngà lắp bắp,

"Nhờ cô coi dùm… hình như chồng tui không còn thở."

Cô y tá vội vào phòng đến bên giường Thạnh đưa tay làm động tác tựa Ngà lúc nãy. Một lát cô ta thẳng người, nhìn Ngà lắc nhẹ đầu,

"Chết rồi."

Ngà hốt hoảng

"Chết…"

Ngà lay khúc thịt. Bất động. Ngà bật khóc. Tiếng khóc ban đầu cố kìm nén, nhưng rồi vỡ òa nức nở,

"Anh Thạnh ơi, sao anh bỏ mẹ con em…"

Qua kiểm nghiệm tử thi, bác sĩ giám định pháp y kết luận, bệnh nhân chết do tự tử, bằng thuốc ngủ.

Nhiều ngày trước Thạnh than mất ngủ và xin thuốc. Anh đã qua mặt các y tá bằng cách giả vờ uống. Khi nhận thấy số thuốc tích lũy đủ để đưa Thạnh vào giấc ngủ dài, bèn thực hiện ý định, và thành công. Thạnh quyên sinh bởi không muốn trở thành gánh nặng của Ngà.

Ngồi lặng trên gờ *ciment* ngôi mộ vừa xây, Ngà nhìn bao quát khu nghĩa trang, những dãy mộ bia cùng kiểu dáng chạy dài ngút mắt. Lòng Ngà không còn quặn thắt như hôm đầu, nhưng nỗi buồn lặn sâu vào lòng. Âm ỉ, dai dẳng, làm giấc ngủ hàng đêm của Ngà chập chờn, luôn bị những cơn mộng dữ lấn chiếm. Ngà tự hỏi đến bao giờ mới nguôi quên được nỗi đau này?

Năm năm chăn gối mặn nồng, năm năm tình nghĩa phu thê keo sơn, những tưởng cuộc sống sẽ êm đềm trôi. Làm sao ngờ được! Ngà nhìn bầu trời xanh trên cao, những cuộn mây xám trôi chậm về phía chân trời. Có vẻ trời đang chuyển mưa. Ngà rời khu nghĩa trang, theo con đường đất ra lộ lớn, về nhà. Suốt đoạn đường dài, Ngà không ngừng nghĩ đến Thạnh, nghĩ đến tương lai, nghĩ đến chông gai chắc chắn rồi sẽ có, bất giác nước mắt trào ra không cách chi kìm giữ.

"Anh Thạnh." Ngà bật kêu.

*

Ở nhà Bích thêm hai tháng, số tiền dành dụm sắp cạn. Một hôm Ngà nói với Bích,

"Có lẽ tôi sẽ vào Nam."

"Ngà có bà con trong ấy?"

"Bà con thì không, nhưng tui có một chị bạn cùng quê làm xưởng dệt ở Ngã Tư Bảy Hiền. Chỉ biểu vô chỉ sẽ giới thiệu chỗ làm. Lương không cao nhưng đủ sống."

"Thay đổi không khí, cũng tốt."

Ngà còn một mối lo, việc học hành của con. Huệ vừa chấm dứt tiểu học, chuẩn bị vào trung học, đến xứ lạ, không biết sẽ thế nào. Bích nói,

"Khéo lo, nơi nào lại không có trường."

"Nhưng mình dân mới, biết đâu mà mò."

"Thì hỏi chị bạn của Ngà."

Chuẩn bị nửa tháng, hai mẹ con Ngà lên đường.

Bích đưa hai người ra bến xe đò. Ngồi trong một quán nhỏ, vừa uống nước giải khát vừa chờ giờ khởi hành, Bích nói,

"Sài Gòn đất rộng người đông, đất của cơ hội, nếu chịu thương chịu khó, sẽ khá. Bích có vài người bạn ra đi với hai bàn tay trắng, thế mà chỉ vài năm đã nhà cao cửa rộng, thỉnh thoảng về thăm quê, quần là áo lượt, vàng đeo đỏ cổ, thấy ham."

"Tui không tháo vát như họ, chỉ mong đủ sống, đủ tiền lo cho Huệ ăn học, không mơ chi hơn."

Một người đàn bà gánh hai thúng bánh tét ngang qua, Bích gọi lại mua bốn đòn nhỏ, nói với Ngà,

"Cái ni tiện, ăn lâu đói."

Ngà nói cảm ơn, nhét bốn đòn bánh tét vào xách tay. Gã lơ xe kêu hành khách lên xe, đã đến giờ khởi hành.

Khi mọi người đã yên vị. Chiếc xe chuyển bánh rời bãi, Bích đứng dưới bến đưa tay vẫy, Ngà cũng thò đầu ra cửa sổ, vẫy lại, cho đến khi chiếc xe nhập vào lòng đường, tăng tốc. Bóng Bích nhòa trong đám đông. Xe ra ngoại ô, thẳng tiến về phía Nam.

Những địa danh Ngà từng nghe nói lần lượt vượt qua, Quảng Ngãi với đặc sản mạch nha, Tam Quan bạt ngàn rừng dừa, mùi nước mắm Phan Thiết nồng trong gió, các tháp Chàm sừng sững trên những đồi thấp địa phận Phan Rang Phan Rí… . Cảnh quan lạ, thổ âm cũng khác, dù chỉ cách nhau vài mươi cây số. Bên cạnh, Huệ ngủ, đầu tựa vào vai Ngà, miệng mở, mắt nhắm, hơi thở nhẹ. Ngà nhìn con, nghĩ đến những ngày sắp đến, Ngà tự hứa sẽ bằng mọi giá lo cho Huệ ăn học đến nơi đến chốn, cuộc đời Ngà đã quá khổ, chỉ học may ra mới thoát được cái khổ, Ngà nghĩ một cách giản dị.

Cuối cùng nơi muốn đến cũng đã trong tầm mắt. Xe vào bến, hoạt cảnh nhộn nhịp, sinh động, khác hẳn những nơi xe từng ghé.

Một phu xích lô hỏi khi Ngà nắm tay con bước ra khỏi xe,

"Dìa đâu, cô Ba?"

Ngà lúng túng nhưng cũng trả lời,

"Ngã Tư Bảy Hiền."

"Cô Ba cho…"

"Răng mắc rứa?"

"Dậy cô Ba muốn nhiêu?"

Thật ra Ngà hoàn toàn mù tịt đường sá, không biết Ngã Tư Bảy Hiền là nơi nào, cũng không biết giá cả những cuốc xe, chỉ nghe theo lời Bích, lúc nào cũng phải lưu ý, có thể bị gạt. Mua bán phải trả giá tối đa, tối thiểu từ nửa giá trả dần lên. Quả thực như lời Ngà, Gã phu xích lô chịu chở mẹ con Ngà về đia chỉ Ngà đưa với giá chỉ bằng nửa giá ban đầu gã thách.

Thành phố quá rộng. Người đông, đường sá ngang dọc. Ngà tự hỏi làm sao xoay sở trong thiên la địa võng này nếu không có người hướng dẫn. Ngà lo. Không biết có tìm ra việc, rồi còn chỗ ăn, chỗ ở. Bao nhiêu chuyện phải giải quyết!

Chiếc xích lô vào một con hẻm tráng *ciment*, quanh co một lát, dừng trước căn nhà vách ván thấp tè. Gã nói,

"Đến rồi."

Ngà và con xuống, trả tiền. Chiếc xích lô vòng lại, mất hút. Ngà nắm tay con đứng lớ ngớ. Từ trong nhà một thiếu phụ bước ra, nhìn mẹ con Ngà một lúc rồi thốt kêu,

"Ngà."

Hiền. Đúng là Hiền. Bao nhiêu năm, bao nhiêu biến cố, Hiền vẫn không thay đổi bao nhiêu. Vẫn khuôn mặt xương, lưỡng quyền cao, vẫn hàm răng cải mả, vẫn khuôn ngực lép. Nét quê mùa hình như khó thay đổi ở đa số dân miền Trung, Giọng nói, tướng đi, dáng đứng của Hiền hai mươi năm trước vẫn thế, khó lẫn với ai khác. Ngà mừng rỡ,

"Hiền, may quá."

"Vô đây."

Hiền nhanh nhẹn vào trước, mẹ con Ngà theo sau. Căn nhà chung vách với hai nhà bên cạnh nên không cửa sổ, thiếu ánh sáng và nóng. Ngà nhìn quanh, hỏi,

"Danh đâu?"

Danh là chồng Hiền. Cả hai chưa có con dù lấy nhau đã tám năm. Có lẽ đó là nguyên nhân chính khiến vợ chồng Hiền muốn mẹ con Ngà vô ở chung. Cảnh nhà bớt cô quạnh.

Nhà nhỏ, không phòng khách, chỗ ngủ của đôi vợ chồng được ngăn bằng môt tấm vải hoa, chiếm phần ba diện tích mặt bằng. Chỉ cần một chiếc giường nữa đặt ở khoảng trống còn lại là mẹ con Ngà có được chỗ sinh hoạt thoải mái.

Hôm sau Hiền đưa Ngà đến một xưởng dệt nhỏ. Tháng trước chủ nhân xưởng này có nhờ Hiền tìm giúp một thợ nhuộm. Không may, họ đã tìm ra người họ cần khoảng mười ngày trước. Trên đường về, Hiền trấn an Ngà,

"Từ từ tìm việc khác, thiếu gì."

Trong bữa cơm chiều Hiền khoe với chồng,

"Anh biết không, Ngà nấu mì Quảng ngon nhất làng ngày xưa."

"Thế à! Vậy nấu bán cho dân Quảng Nam vùng này, bảo đảm đắt hàng."

Hiền vỗ đùi,

"Vậy mà không nghĩ tới, khỏi cần đi xin việc, ngày mai thực hiện ngay."

Hiền sốt sắng đi vào kế hoạch. Tạm thời chưa có vốn thuê mặt bằng và sắm sửa bàn ghế, nồi niêu, chén muỗng ly tách, thì ta làm theo kiểu dã chiến. Đóng một cái bàn, vài ba ghế đẩu thấp, buổi sáng bày hàng ngay trước cửa nhà, chỉ cần bán hết một nồi vừa vừa là mẹ con có thể sống thoải mái.

Dân Quảng Nam vùng này khá đông, dễ chừng trên dưới năm trăm, nồi mì của Ngà được chiếu cố tận tình, tám giớ sáng bày hàng, mười một giờ đã hết. Buổi chiều Ngà đi chợ mua vật liệu, về sơ chế, ướp gia vị, sáng năm giờ dậy nấu, tám giờ bày hàng… Cứ vậy, vòng xoay xoay đều, Ngà thầm nhủ, mình thực may mắn, tiền lời đủ nuôi hai mẹ con, còn có thể góp tiền nhà cho vợ chồng Hiền. Ở lưng bữa nửa tháng không thành vấn đề, nhưng về lâu về dài, sòng phẳng là tối ưu, không phiền lòng nhau. Huệ đã đi học, một trường trung học nhỏ gần nhà, trong khuôn viên một nhà thờ của xóm đạo di cư. Cuộc sống cứ thế trôi êm.

*

Một buổi sáng vừa bày hàng chưa kịp bán buôn thì từ đầu hẻm một chiếc honda khoét nóng, tiếng nổ chát chúa, phóng như bay, lạng lách giữa lòng hẻm nhỏ, phía sau vài chiếc nữa rượt theo. Cả khu phố ầm ĩ tiếng động. Ngà nép mình vào chái hiên. Tên thanh niên còn trẻ, tóc dài, áo bó sát người, ngoái lại, chửi thề lớn tiếng,

"Đụ mẹ chúng mày."

Tên chạy phía sau cũng hét,

"Đụ mẹ, đéo thoát đâu."

Tên chạy đầu nhấn thêm *gas*, chiếc xe gầm rú chồm lên. Nồi nước chan trên bếp than Ngà vừa bưng ra chưa kịp đặt vào vị trí đã bị chiếc xe lạng trúng, hất tung. Chiếc nồi bay cao, nước chan, than lửa tung tóe, tạt vào người Ngà, cùng lúc, chiếc xe chao đảo, đâm sầm, đẩy Ngà văng bắn vào vách ván.

Tai nạn làm Ngà phỏng toàn thân, gãy chân, mặt biến dạng. Nằm nhà thương non hai tháng, Ngà trở về như một cái xác vừa quật lên từ mồ chôn. Tả tơi, rách nát, người đầy sẹo, mặt méo mó, mắt trái gần như lòa, một vết sẹo dài bởi nước sôi xối dọc từ trán xuống tận miệng, khiến khuôn mặt lệch hẳn.

Huệ nghỉ học để lo cho mẹ.

Tật nguyền, Huệ không tiếp tục nghề mẹ được, cũng không thể làm gì khác, đành theo một người bạn bán bong bóng kiếm tiền nuôi mẹ, nuôi thân. Cuộc sống quá chật vật. Cũng may vợ chồng cô Hiền vẫn đối xử với mẹ và Huệ rất tốt, cho ở trọ không lấy tiền, chỉ phải tội họ nghèo quá, chẳng giúp gì được phần vật chất. Mẹ đi đứng khó khăn, và có lẽ do tuyệt vọng, buồn đau, mẹ mắc tâm bệnh, gần như mất trí. Suốt ngày ngồi hoặc nằm trên giường, trố mắt nhìn trần nhà, lảm nhảm những gì không ai nghe, hiểu.

Năm tháng vẫn lừng lững trôi qua, Huệ đã thành thiếu nữ. Lẽ ra với tuổi dậy thì, như hầu hết mọi người nữ khác, Huệ sẽ phổng phao, mơn mởn, đằng này Huệ vẫn nhỏ con, ốm yếu, lại tật nguyền, nên trông chả khác gì cây khô thiếu nước. Mẹ mỗi ngày một yếu, gần như không rời khỏi giường, và cuối cùng, ngày chung cuộc sắp đến với mẹ.

Nghĩa nào đó, mẹ sắp rũ sạch nợ.

Mẹ thực sự lìa bỏ trần gian khi ngày đã làm chủ, tiếng ồn của khu xóm lao động, như mọi ngày, đã vang động, tiếng máy nổ của xe ba gác, tiếng rao của những người bán hàng rong, tiếng lóc cóc của xe hủ tiếu đầu ngõ, tiếng cười đùa của lũ học trò đến trường. Nhịp sống sinh động và nhiều màu sắc, kể cả cái màu tối ám nồng mùi tử khí trong căn nhà.

Ngà hoàn toàn bất động, Huệ nhìn, biết mẹ đã ra đi, cô bật khóc. Huệ đưa tay vuốt mắt mẹ, hai hàng mi khép xuống. Tiếng khóc càng lúc càng lớn. Hiền và chồng từ trong vén màn bước ra, Danh hỏi,

"Đi rồi phải không?"

Huệ cố nén tiếng khóc,

"Dạ."

Cả ba đều ngầm hiểu chuyện ra đi của Ngà tất phải đến, nhanh chậm cũng phải đến thôi. Biết vậy nhưng Huệ không thể không hụt hẫng, đau đớn. Thế là từ nay vĩnh viễn Huệ không nhìn thấy mẹ. Vài tháng nữa Mẹ sẽ rã mục, hòa tan trong đất, sẽ về với hư vô, một đời trầm luân trong khổ đau, ra đi là đoạn tuyệt tất cả, không còn buồn, vui, sướng, khổ. Mọi hệ lụy đã rũ sạch. Vẫn biết thế nhưng kẻ ở lại không thể không đau đáu một nỗi mất mát không gì bù đắp được.

Chôn cất mẹ xong, Huệ tiếp tục bán bong bóng nuôi thân.

Một hôm Huệ ngồi nghỉ trên một băng ghế đá trong công viên, ngước nhìn tán cây lớn trên cao chuyển động, gió nhẹ, tiếng ve râm ran một điệp khúc bất tận, Huệ nhớ những cây phượng vĩ trong sân trường nhà thờ xóm đạo, mùa hè đỏ ối những chùm bông và tiếng ve. Tuổi học trò của Huệ không nhiều và buồn nhiều hơn vui, một đứa con gái tật nguyền, côi cút, nghèo hèn, làm sao vui được giữa một đám bạn phơi phới thanh xuân, tuổi trẻ của họ ướp toàn hương hoa, mộng mơ, tương lai của họ hẳn không lắm gập ghềnh. Huệ cố kiên cường nhưng bất lực, rất nhiều lần ngồi trên ghế đá dưới gốc một cây phượng, Huệ nhìn chúng bạn nô đùa, cười cợt, cảm thấy lòng quặn đau, Huệ không thể cùng họ vui chơi, Huệ như con ốc sên dấu mình trong lớp vỏ cứng, nhìn cuộc đời trôi trước mắt bằng đôi mắt phủ đầy mặc cảm tự ti. Thứ mặc cảm luôn dày vò Huệ, đến rã rời, triền miên mỏi mệt. Mẹ bệnh, Huệ bỏ học, không chút tiếc nuối. Hình như số phận Huệ vô duyên với sách vở. Huệ nghĩ vậy.

Bỗng từ ngoài đường một người lính lái chiếc honda lao vào công viên, tay lái lạng quạng, đâm bên này, lủi bên kia. Đến gần chỗ Huệ, chiếc xe chồm lên gờ *ciment* phân chia đường đi và bãi cỏ, ngã nhào, vất người lính nằm sóng soài sát chân Huệ.

Vật người sang bên, hắn nôn thốc tháo trên bãi cỏ. Huệ nghĩ ngay, người lính say. Chiếc xe dù ngã, máy vẫn nổ, bánh sau quay nhanh. Huệ lúng túng. Một thanh niên ngang qua, Huệ vội nhờ thanh niên tắt máy, dựng chiếc xe và bế người lính đặt lên ghế đá. Huệ cám ơn, thanh niên cười vui vẻ,

"Ông xã chị say điệu này chắc phải vài tiếng sau may ra mới tỉnh."

Huệ tính đính chính nhưng thấy không cần thiết nên im lặng. Thanh niên đã đi, Huệ phân vân, thầm nghĩ, nếu bỏ mặc anh ta, nhiều phần xe sẽ mất. Đã làm ơn, thôi thì cho trót. Huệ lắc đầu, thở dài ngồi xuống gờ *ciment*. Hy vọng anh ta tỉnh mau.

Đêm dần về khuya, sương đùn lên từ bụi bờ khắp công viên. Lạnh. Người lính vẫn chìm sâu trong giấc ngủ. Huệ mệt, đói và hai mắt ríu lại, Huệ thèm về ngay để được ngả lưng, suốt ngày lang thang khắp nơi, hai chân mỏi rã. Mãi đến khi chuông nhà thờ gần đó đổ chuông gọi tín đồ đi lễ, người lính mới thức dậy. Huệ hỏi,

"Tỉnh rồi à?"

Và đứng dậy, tóm tắt nhanh sự cố rồi kết luận,

"Tôi phải ngồi canh chừng kẻo kẻ gian lấy mất chiếc honda của anh."

Huệ vừa dợm bước, vừa nói thêm,

"Tôi đi đây."

Người lính vội vã,

"Cảm ơn cô."

"Không có chi."

"Cô tên gì?

"Huệ."

"Nhà cô ở đâu. Tôi đưa về."

“Thôi khỏi, tôi đi bộ được.”

Người lính năn nỉ,

“Cho tôi đưa cô về, một cách trả ơn.”

Huệ phân vân, khuya quá rồi, nhà lại xa, nên bằng lòng để người lính chở về.

*

Ngãi, tên người lính, vẫn thường đến thăm Huệ sau lần ấy. Họ mỗi ngày mỗi thân gần, để rồi nửa năm sau thành vợ chồng. Câu ngạn ngữ “nồi nào vung nấy” xem ra quá đúng với cặp này. Ngãi xấu trai, mặt rỗ, răng hô, mũi tẹt, mắt một mí ti hí, tướng đi lúc thúc như gà mổ. Nói chung, Ngãi xấu đau xấu đớn, nếu không cặp với Huệ, có lẽ chả tán tỉnh được ai. Tạo hóa quả chí công, không bỏ sót kẻ nào.

Ngãi ở với mẹ già trong ngôi nhà tồi tàn thuộc một quận ngoại thành gần phi trường, Huệ theo chồng về sống chung. Mẹ Ngãi khó tính, không có cảm tình với con dâu, suốt ngày cau có, hạch sách, chửi chó mắng mèo. Có lẽ tại cánh tay vòng kiềng thiếu ngón đã khiến Huệ chậm chạp, vụng về trong mọi công việc. Ngãi bênh mẹ, thường tỏ ra thiên vị. Riết, hạnh phúc chưa đỏ ngọn đã lụn tàn, không khí lạnh lẽo và nhợt nhạt luôn bao trùm căn nhà rách nát. Ngãi chán nản say sưa tối ngày, luôn về khuya, có khi biệt tăm một hai ngày. Ban đầu Huệ có khuyên răn,

“Anh phải nghĩ đến gia đình chớ.”

“Cô dạy tôi đấy à?”

“Em nói không phải à?”

“Tôi đi nhậu với bạn bè, cô lấy quyền gì cấm cản?”

“Em nào dám cấm cản, có điều, anh nghĩ coi, làm chồng kiểu chi mà từ sáng đến khuya, la cà ngoài đường, về đến nhà đã say khướt, không còn biết trời trăng.”

"Tui dzậy đó, chịu không chịu thì thôi."

Huệ bất lực, chỉ còn biết khóc thầm.

Vậy mà bất hạnh chưa chịu dừng lại.

Ngãi là lính địa phương quân, thường ngày cùng đơn vị đi tuần, giữ an ninh quanh vòng đai phi trường. Một bữa Ngãi đạp phải mìn, nửa người bị phạt đứt. Ngãi chết, nỗi đau quá lớn, người đàn bà chồng bỏ, chỉ còn duy nhất đứa con, nay nó cũng lìa bà ra đi, vĩnh viễn. Bà mất con, Huệ mất chồng, lẽ ra hai kẻ bất hạnh phải đùm bọc, thương yêu nhau mà sống, đằng này sự bất hòa mỗi ngày mỗi lớn, đến độ không thể cùng chung mái nhà. Huệ nhường phần trợ cấp hàng tháng chính phủ dành cho thân nhân tử sĩ, đến ở với một người bạn cùng bán bong bóng. Đó là căn lều cạnh bờ kinh, cách nội thành hơn nửa giờ đi bộ. Căn lều tuy nhỏ, rách nát nhưng dù sao cũng là tài sản riêng của người bạn, được nhượng lại từ một người bạn khác đã sang tỉnh kế lập nghiệp, không chung đụng, nhờ vả ai. Huệ mỗi tháng góp ít tiền tích góp cho người bạn, gọi là thuê chỗ trọ. Chị em sáng tối có nhau, cũng bớt hiu quạnh.

Chiến tranh chấm dứt. Đất nước chuyển mình, bên cạnh nhiều điều tích cực, cũng không ít những điều tồi tệ. Thời thế đổi thay, những mảnh đời cùng khổ như Huệ càng thê thảm hơn. Mọi người bạc tóc tìm cái ăn cái mặc, mua làm gì những bóng màu xanh đỏ, vô bổ! Huệ và chị bạn bữa đói bữa no. Tương lai mù mịt.

Một hôm hai chị em đẩy chiếc ba gác nhỏ chứa bình *gas* và chùm bóng đủ màu rao bán trong bến xe miền Đông. Một đám lơ xe đuổi bắt nhau, gã bị rượt va vào chị bạn, cả hai ngã lăn quay, chiếc ba gác cũng đổ nhào, chỏng gọng. Chùm bóng tuột dây bay lên cao. Chị bạn té vào vũng nước đọng, ướt như chuột lọt cống, vừa lồm cồm bò dậy, vừa nói như khóc,

"Giỡn chi ác ôn dzậy trời!"

Gã lơ xe vội vã kéo chị đứng lên,

"Cô có sao không, tôi xin lỗi."

"Tôi không sao, nhưng chùm bóng..."

Gã lơ xe ngửa mặt nhìn những quả bóng bay chậm trên bầu trời không một gợn mây, cười,

"Tôi đền, hết thảy bao nhiêu?"

Họ quen nhau. Chị bạn không đẹp, được cái da trắng, ngực lớn, mông tròn, chân dài, dáng khỏe, không ốm đau vặt vãnh. Gã lơ xe cũng cao to, lực lưỡng. Trông họ rất xứng đôi. Gã thường đến túp lều của hai chị em và thường giúp đỡ những lúc chị bạn và Huệ cùng quẫn. Một năm qua lại, họ thành tình nhân. Một ngày chị bạn nói với Huệ,

"Tao sẽ theo anh ấy dìa TT."

"Ngoại ô, xa rứa."

"Nhà cha mẹ anh ấy."

"Về làm dâu hả?"

"Ừa."

Hôm sau chị bạn theo gã lơ xe ra đi, giao lại căn lều cho Huệ. Từ đó, một thân một mình đi về sáng tối, đôi lúc buồn quá Huệ muốn tìm người nào đó rủ về ở chung, nhưng chưa tìm ra người thích hợp. Đêm nằm chèo queo trong căn lều, nghe gió mưa gào rú bên ngoài, Huệ nhớ mẹ, nhớ hình ảnh bà bẹp dí trên vuông chiếu sờn mép, ố đen, nhớ chiếc miệng há lớn cố hớp tí dưỡng khí đã không còn muốn ở với mẹ. Huệ ứa nước mắt và chỉ nhọc nhằn đi vào giấc ngủ khi đêm đã thật sâu.

Như mọi ngày, Huệ dậy sớm, ra kinh múc nước đổ đầy nửa thùng phuy, lóng phèn rồi khóa cửa đẩy chiếc ba gác ra lộ. Huệ lang thang rao bán khắp hang cùng ngõ hẹp trong thành phố rộng lớn này, trưa ghé quán cơm bình dân đối diện hồ CR ăn qua quít rồi vào công viên tìm băng ghế đá ngả lưng. Chiều, tiếp tục lang thang, cho đến khi bóng mát dãy phố cùng hướng với mặt trời ngã xuống, phủ nửa con lộ, Huệ trở về. Chiều nay đang đẩy chiếc ba gác trên vỉa hè, Huệ bỗng nhìn thấy, phía trước, một gã đàn ông ngồi xe lăn thản nhiên lăn vào một miệng cống mở nắp, Huệ chực la lớn nhưng không kịp, chiếc xe lăn và gã đàn ông đã lọt cống. Huệ bỏ chiếc ba gác chạy vội lại, nhìn xuống. Thuận, nửa thân thể chìm vào dòng nước đen, một tay níu vào chiếc thang sắt gắn chết vào thành cống. Huệ hốt hoảng la lớn,

"Có người lọt cống, cứu, cứu."

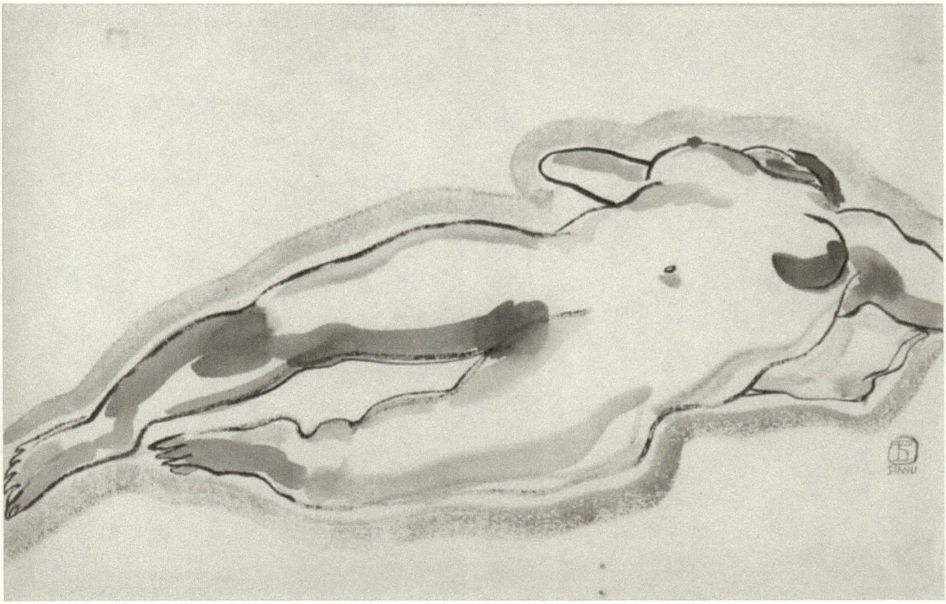

Lê Hải Triều

Khép

Phong cho chiếc xe tấp vào sát lề, dừng lại, tắt máy, mở cửa bước ra, nhìn quanh rồi vội vã đi nhanh về hướng Thuận và Huệ đang ngồi trên bờ hồ.

Phong dừng lại trước mặt hai người,

"Em tìm anh chị suốt hai ngày nay."

Thuận nhìn Phong,

"Việc gì thế?"

Phong nói,

"Mình tìm quán cà phê nào mát mẻ ngồi nói chuyện. Có tin quan trọng."

"Chuyện gì ?"

Phong mỉm cười,

"Thư thả sẽ biết, tin vui, rất vui."

Phong đẩy chiếc xe lăn tới cửa trước định bế Thuận lên nhưng Thuận nói,

"Tôi tự vào được."

Bằng động tác thành thạo, Thuận búng người ném mình vào ghế trước, gọn gàng. Phong vỗ tay,

"Hay quá, thật tuyệt vời."

Quay sang Huệ,

"Mời chị."

Huệ lên ghế sau. Chiếc xe rời chỗ đậu chạy vào trung tâm thành phố. Buổi trưa nắng như đổ lửa, nhưng bên trong xe mát lạnh, Phong hỏi,

"Anh chị muốn ăn gì không?"

"Bọn này vừa ăn cơm". Thuận trả lời.

"Vậy mình đến LP làm vài ve."

Khi đã yên vị, Phong gọi hai chai bia cho mình và Thuận, ly cam vắt cho Huệ, rồi nói,

"Tôi đọc báo cũng như qua tin tức góp nhặt được, biết chính phủ Mỹ vừa khởi động một chương trình tái định cư tù nhân cải tạo, tiếng Mỹ gọi là *Special Release Reeducation Center Detainee Resettlement Program,* còn gọi là chương trình HO, viết tắt từ chữ *Humanitarian Operation,* anh chị hãy nộp đơn ngay."

Thuận mừng,

"Thế ư, đã có ai làm chưa?"

"Rất nhiều rồi."

Thuận lo,

"Tôi què quặt, biết lấy đơn ở đâu và nộp cho cơ quan nào."

Phong nói,

"Anh chị cho *information* đầy đủ, em sẽ lo. Chuyện nhỏ."

"Cậu cũng đi chứ?". Thuận hỏi Phong.

"Em có cơ sở kinh doanh, không thể đi."

Và cười,

"Tình hình bây giờ thông thoáng, có tiền muốn đi đâu cũng được, em vừa đi Pháp về."

Buổi tối, Thuận ôm Huệ, nói về tương lai, về đất nước cả

hai sẽ đến, về những ngày tháng chắc chắn sẽ không còn lo toan cái ăn cái mặc. Huệ vùi mặt vào ngực Thuận, hít thật sâu mùi đàn ông quen thuộc,

"Sang bên ấy, không còn lo chuyện áo cơm, mình có con nghe anh."

"Ừ, một đứa con, trai gái gì cũng được."

Huệ siết chặt vòng tay, rót vào tai Thuận,

"Em muốn làm tình."

"Anh cũng muốn."

Huệ cởi nhanh quần áo cho mình, cho Thuận rồi leo lên.

Đêm bên ngoài thật yên tĩnh, Huệ nhịp nhàng trên người Thuận, lần đầu tiên, Huệ không ngừng hít hà,

"Em sướng quá anh ơi!"

Khánh Trường
4/3/2021

Mục lục

MỞ NGUỒN

Liên lạc:
Nhà xuất bản: Mở Nguồn,
han.le359@gmail.com
(408) 722-5626

Tác giả, alexkhtruong@yahoo.com
or FB Messenger khanh truong

www.ingramcontent.com/pod-product-compliance
Lightning Source LLC
LaVergne TN
LVHW040041051026
849525LV00002B/520